நல்லவர்

(நாடகம்)

க. நா. சுப்பிரமணியம்

Title: Nallavar

Author: Ka. Naa. Subramnyam

Language: Tamil

First Published on: 1957

Year of Publication: 2025

Book Format: Paperback

*Page Size: 6inch * 9inch*

Category: Fiction

Subject: Drama

No. of pages: 68

ISBN: 978-81-686323-7-0

Published by: Nilan Publishers, Madurai, Tamilnadu, India

பொருளடக்கம்

குறிப்புகளுக்காக

முன்னுரை

நாடகங்கள் பார்ப்பதில் எனக்கு அவ்வளவாக ஆர்வம் கிடையாது. ஆனால் நாடகங்கள் படிப்பதில் நான் யாருக்கும் சளைத்தவன் அல்ல. நாடகங்கள் நடிக்கப்படுவதற்காக எழுதப்பட வேண்டிய அவசியமே இல்லை; இலக்கியமாகப் படிப்பதற்கு மட்டும் எழுதப்பட்டால் போதும் என்பது என் அபிப்பிராயம். இது தனிப்பட்ட என் பிரத்தியேக அபிப்பிராயம் என்று தான் வெகு நாள் எண்ணியிருந்தேன். பண்டைய கிரேக்க நாடகாசிரியர்களிலிருந்து இன்றைய யூஜின் ஓநீல், அநீல்ஸ் வரையில் எல்லோருமே படிப்பதற்காகத்தான் நாடகங்கள் எழுதியிருக்கிறார்கள்; சில சமயம் அவை நடிக்கவும் பட்டிருக்கின்றன என்பது தான் உண்மையென்பது சமீப காலத்தில்தான் எனக்குத் தெரிய வந்தது.

அறுபது வருஷங்களாகத் தமிழிலும் தான் நாடகச் சீர்திருத்தம் நடந்து வருகிறது. அது சரியானபடி பலன் தராததற்கு ஒரு காரணம்தான் எனக்குத் தெரிகிறது. சீர்திருத்தமெல்லாம் நாடக மேடையை ஆதாரமாக வைத்துத்தான் நடந்து வருகிறது. நாடக மேடைக்கு ஆதாரமான இலக்கியத்தை வைத்து நடந்து வரவில்லை என்பதுதான் விஷயம். நாடக இலக்கியம் மஹோந்நதமாக எழுந்துவிட்டால், நாடக மேடை தானாகச் சீரடைந்துவிடும். முதலில் நாடகம் என்பது இலக்கியமாக அமையவேண்டும். அதுதான் முக்கியம். அதற்குப் பிறகு நாடகம் நடிக்கவும் பயன்பட்டாலும் படலாம். இயற்கையான ஒரு அமைப்பை நான் மாற்றிச் சொல்வதாகப் பலருக்கும் தோன்றலாம். ஆனால் அது சரியல்ல. பட்டணத்து ஹோட்டல்களிலே காபி சாப்பிட்டுச் சாப்பிட்டு அயன் காபியின் ருசியைச் சந்தேகிக்கிற ரஸிகன் நிலைமை அது என்று சொல்லலாம். நாடக இலக்கியம், நாடக மேடை என்பதில் எது முதல், எது இரண்டாவது என்கிற வரிசை அப்படி மாறிவிட்டிருக்கிறது இப்போது. தொடர்கதையையும் இலக்கியம் என்று நம்புகிற பத்திரிகை யுகம் தானே இது!

உலகப் புகழ் பெற்ற நாடகாசிரியரான ஜியார்ஜ் பெர்னாட்ஷாவும், இலக்கியத்திலே முதல் படியிலிருக்கும் ஷேக்ஸ்பியர், மோலி யேர், இப்ஸன், பெனாவண்டே போன்ற நாடகாசிரியர்களும் கூடத் தங்கள் நாடகங்களைச் சிறப்பாகப் படிப்பதற்குத்தான் எழுதினார்கள் என்பது என் அபிப்பிராயம். ஷேக்ஸ்பியர் காலத்தில் கையாண்ட நாடக மேடை யுக்திகள் இன்று கையாளப்படவில்லை. யூஜின் ஓநீல் இருபதாம் நூற்றாண்டின் முதல் பகுதியில் வெகு வெகு சிரமப்பட்டுக் கையாண்ட உத்திகள் அடுத்த பத்து வருஷங்களில் எட்டாவது ரக நாடகாசிரியனும் லாகவமாகக் கையாளுகிற உத்திகளாகிவிடுகின்றன. நாடகமேடை என்பது விஞ்ஞான வளர்ச்சியால் சமீப காலத்தில் வெகு வேகமாகப் பல தினுசான சக்திகளைப் பெற்று வளருகிறது. இந்த விஞ்ஞான சக்திகள் எதையும் நம்பி நிற்பதல்ல இலக்கியம். இலக்கியத்தின் சக்திகள் அடிப்படையானவை. அந்தச் சக்திகளை மனசில் கொண்டு நாடகங்கள் எழுதப்பட்டால் தமிழிலும் நாடகத்துக்குப் புத்துயிர் உண்டாகும்.

தமிழில் இயல் இசை நாடகம் என்று முத்தமிழ் உண்டு என்று சொல்கிறார்கள். எனக்குத் தெரிந்த இயலும், இசையும், நாடகமும் தொல்காப்பியருக்கோ அவருக்குப் பின்னோ முன்னோ உள்ள இலக்கண பண்டிதர்களான அவர் வரிசைகளுக்கோ தெரிந்த இசையும் இயலும் நாடகமும் அல்ல என்று நான் நிச்சயமாகச் சொல்லுவேன். கம்ப ராமாயணத்தில் சிறு கதையும் நாடகமும், நாவலும் இருக்கிறது. சிலப்பதிகாரத்தில் இருக்கிறது. "கண்ணகியானால் போ, போ, மாதவியானால் மடிமேல் வா" என்கிற 'நாடகமும்' சிலப்பதிகாரம் என்கிற காவியமும் ஒன்றுதான் என்ற இலக்கிய தத்துவம் முப்பது வருஷ இலக்கியப் படிப்பில் எனக்குப் புரியவில்லை என்பதைத் தாழ்மையுடன் ஒப்புக் கொள்கிறேன்.

சம்ஸ்கிருத நாடகங்கள், கிரேக்க கவிதை நாடகங்கள், நாள் கணக்காக ஓடும் சீன நாடகங்கள், முகமூடியணிந்து ஆடும் ஜப்பானிய நோ நாடகங்கள், மற்றும் அரிஸ்டாடலின் இலக்கியக் கொள்கையைப் பின்பற்றி எழுந்த ஐரோப்பிய நாடகங்கள் பூராவுக்கும் வாரிசாகவும், இணையாகவும் அமைகிற நாடக இலக்கியம் இன்று தமிழுக்கு உடனடியான தேவை என்று எனக்குத் தோன்றுகிறது. பல

வருஷங்களாகவே நாடகங்கள் எழுதவேண்டும் என்கிற எண்ணத்தை உள்ளத்திலே போற்றி வந்தேன். கதைகள், கட்டுரைகள், நாவல்களுக்கு கிடைக்கிற ஆதரவு கூட நாடகங்களுக்கு, வாசகர்களிடமிருந்து இன்று கிடைக்காது என்கிற நினைப்பில் பல வருஷங்கள் எதுவும் எழுதவில்லை அகில இந்திய ரேடியோ நண்பர் கேட்டுக் கொண்டதற்கிணங்க ஒன்றிரண்டு முழுநேர நாடகங்கள் எழுதினேன். இப்படி ரேடியோ வுக்குத் தயார் செய்த நாடகங்களில் ஒன்றுதான் 'நல்லவர்' என்னும் இந்த நாடகம்.

கிட்டத் தட்ட இருபத்தைந்து வருஷங்களுக்கு முன் கல்கத்தாவில் அப்போது *Imperial Library* யாக இருந்த வாசகசாலையில் பல நாடகங்களைப் படித்து அநுபவித்துக்கொண்டிருந்த காலத்தில் ஹசிண்டோ பெனாவண்டே என்னும் இஸ்பானிய நாடகாசிரியரைப் படித்தனுபவித்தேன். நாலு பாகங்களாக அவர் நாடகங்களில் ஒரு பதினேழு பதினெட்டு ஆங்கிலத்தில் வந்திருந்தன. அவையெல்லாம் சிந்தனையைத் கிளறும் இலக்கியம், இப்ஸனின் மேதை சமைத்துத் தந்த புது இலக்கியம் என்று அநுபவித்தேன். பெனாவண்டே எழுதிய நாடகங்களில் ஒன்றின் பெயர் "கெடுதி செய்யும் நல்லவர்கள்" என்பதாகும். நல்லது செய்வதாகச் சொல்லிக் கொண்டு பிறருக்கு எப்படியோ தீமை விளைவித்து வரும் ஒரு கும்பலைப் பற்றிய நாடகம் அது.

அந்த நாடகத்தில் ஒரு அம்சமும் எனக்கு இப்போது ஞாபகமில்லை. பெனாவண்டேயின் மேதை ஒரு சிறந்த நாடகத்தைச் சிருஷ்டித்திருந்தது என்பதைத் தவிர வேறு எதுவும் எனக்கு ஞாபகமில்லை.

ஆனால் கெடுதி செய்யும் நல்லவர்கள் என்கிற சிந்தனை என் மனசிலே வளர்ந்தது. பெனாவண்டேயின் நாடகத்துக்கும் என் நல்லவருக்கும் ஏதாவது ஒற்றுமையிருந்தால் அது பெனா வண்டேயின் மேதா விலாசத்தில் ஒரு நிழலாகத்தான் இருக்கும். இந்த இருபத்தைந்து வருஷங்களில் நான் பல தடவைகள் தேடியும் அந்த நாடகம் மறுபடியும் படிக்க எனக்குக் கிடைக்கவில்லை.

தாத்தா ராமச்சந்திரனும், அவர் பெண் விசாலமும், அவர் மாப்பிள்ளை விசுவமும் எனக்குத் தெரிந்த சில மனிதர்களின் இலக்கிய உருவங்கள். அடிக்கொருதரம் "உனக்கு நல்லதைத் தானேடா சொல்லுகிறேன்" என்று சொல்லிக் கொண்டே எங்களூரில் பல பள்ளிக்கூடங்களைக் கெடுத்த ஒரு "தாத்தா ராமச் சந்திரனை" எனக்குத் தெரியும். சித்தவைத்தியப் பித்துக்கு அவர் மனைவி பலியானதும் உண்மைதான். ஆனால் எனக்கு நேரடியாகத் தெரிந்த ராமச்சந்திரன் சமூக சேவை செய்தது கிடையாது. யாருக் கும் கடைசி வரையில் அவர் ஒரு நன்மையும் செய்தது கிடையாது என்பதும் எனக்குத் தெரியும்.

வாழ்க்கையில் கண்ணில் படுகிற இந்த விஷயங்களை வைத்து இலக்கிய அளவில் நாடகங்கள் செய்கிற முயற்சியில் நல்லவர் என்னுடைய முதல் முயற்சி. இதற்குக் காரணமானவர்கள் என்று நான் இருவரைக் குறிப்பிட வேண்டும். ஒருவர் எனது இலக்கிய நண்பர் ந. சிதம்பர சுப்பிரமணியன்.

அவருக்கு மறந்திருக்கலாம். ஆனால் ஒரு சமயம் ஏதோ பேச்சுவாக்கில் நான் முழு நீள நாடகங்கள் எழுதினால் சரியாக வரலாம், வெற்றிகரமாகவே அமையலாம் என்று சொன்னார். அதைப் பிடித்துக் கொண்டேன் நான் என்று சொல்லலாம் ஒருவிதத்தில். இரண்டாவது இங்கு குறிப்பிட வேண்டிய நண்பர் டி.என்.விசுவநாதன். ரேடியோ நாடக இலாகா இவர் மேற்பார்வையில் இருந்த சமயம் என்னை ஒரு மணி நேர நாடகம் எழுதித்தர வேண்டும் என்று கேட்டார். இந்த நாடகத்தை எழுதினேன்.

ஒரு மணிக்கு என்று எழுதிய நாடகம் நாற்பத்தியெட்டு நிமிஷங்கள் தான் ஓடிற்று. ஆனால் அதைக் கேட்டுக் கொண்டிருந்த எனக்கு அந்த நாற்பத்தியெட்டு நிமிஷங்களுமே திருப்தியாக இருந்தன. இந்தத் திருப்தியை எனக்கு ஏற்படுத்தித் தரக் காரணமாக இருந்த நண்பர் டி. என். விசுவநாதனுக்கும் நல்லவரை ஒலி பரப்பிய அகில இந்திய ரேடியோ அதிகாரிகளுக் கும் அதில் நடித்தவர்களுக்கும் என் நன்றியை இங்கு தெரிவித்துக் கொள்கிறேன்.

முயற்சிதான் இலக்கியத்தின் மூச்சு, நாடக இலக்கியத்தில் பெரும் முயற்சிகள் செய்ய மனமுண்டு, காலதேவன் என்னைப் பற்றிய வரையிலோ, தமிழைப் பற்றிய

வரையிலோ அப்படி ஒன்றும் லோபியல்ல என்கிற நம்பிக்கையும் உண்டு எனக்கு.

மதுரை

5-4-57

க. நா. சுப்ரமண்யம்

நாடக பாத்திரங்கள்

தாத்தா ராமச்சந்திரன்: *73 வயதானவர். சமூக சேவா சங்கத்தின் ஸ்தாபகர், "நல்லவர்"*

விசாலம்: *அவர் பெண்*

விசுவம்: *விசாலத்தின் கணவர்*

ஸரோஜா: *விசாலத்தின் பெண்*

மூர்த்தி: *ஸரோஜாவின் புருஷன்*

வேணு: *விசாலத்தின் மகன்*

பேபி: *ஸரோஜாவின் பெண்*

லீலா: *ஸரோஜாவின் பெண்*

நளினி: *அனாதையாக வளர்ந்து சங்கத்தின் ஆதரவில் வளர்ந்தவள்*

ராஜாராமன்: *நளினியின் காதலன்*

சிவன்: *விசாலத்தின் தம்பி*

கௌரி: *தத்தா ராமச்சந்திரனின் இரண்டாவது பெண்.*

பாராட்டுச் சபைக்கு ஒரு தலைவர்.

மற்றும் பலர். பல குரல்கள்.

நல்லவர்

அங்கம் 1

காட்சி 1

(ஊர் பூராவுமே ஒரே குதூகலமாக இருக்கிறது. வீதிகள் எல்லாம் சுத்தமாகப் பெறுக்கிக் கோலங்கள் போடப்பட்டிருக்கின்றன. எங்கும் நீர் தெளித்து வெண்மணல் பரப்பியிருக்கிறது. தெருவெல்லாம் காகிதக் கொடிகளும் தோரணங்களும் காற்றிலே ஆனந்தமாக அசைந்தாடுகின்றன. ஆடவர் பெண்டிர் குழந்தைகள் எல்லோருமே குதூகலமாக இருக் கிறார்கள்.

தெருவோடு போகிறவர்கள் தங்களுக்குள் "அவரைப் போல உண்டா?" என்று தங்களையே கேட்டுக் கொண்டு நடக்கிறார்கள்.

மாலை மணி நாலரை இருக்கும். எல்லோரும் அலங்காரமாக ஆடை அணிந்து கூட்டம் கூட்டமாகப் பூங்காவை நோக்கி நடக்கின்றனர். தஞ்சாவூர் பாண்டு சப்தம் ஒரு பக்கம் கேட்கிறது. நாதஸ்வரம் ஒரு பக்கம் முழங்குகிறது. ஜே ஜே என்றிருக்கிறது. பூங்காவின் மத்திய சதுக்கத்திலே தூவெண் மணல் அழகாகப் பரப்பப்பட்டிருக்கிறது. பூங்காவின் மரங்களிலே விதவிதமான வர்ண விளக்குகள் (நேரமாகவில்லை எனினும்) எரியத் தொடங்கி விட்டன. ஆங்காங்கே மரங்களிலும் கம்பங்களிலும் ஒலிபெருக்கி ஊமத்தம் பூக்கள் சொருகப்பட்டிருக் கின்றன. ஒலிபெருக்கி மூலம் சன்னமான பெண் குரல் பாரதியாரின் கீதங்களை ஒன்றன்பின் ஒன்றாகப் பாடிக் கொண்டிருக்கிறது. பாட்டாக அது பிரமாதமாக இல்லாவிட்டாலும் வார்த்தைகள் அழுத்தமாக பாவத்துடன் உச்சரிக்கப்படுவதால் நன்றாகவே இருக்கிறது.

பந்தலின் முகப்பில் கூந்தற்பனையும், வாழை மரங்களும், தென்னங்குலைகளும், பனங்குலைகளும் கட்டித் தொங்க விடப்பட்டிருக்கின்றன. மஞ்சளான தோரணங்களும் காகிதப்

பூக்களும் அலங்காரமாக இருக் கின்றன. முகப்பிலே மூன்று வாசல்கள் இருக் கின்றன. ஒன்றின் முன் நின்று ஒரு அழகான யுவதி சந்தனம் தாம்பூலம் வழங்கிக்கொண்டிருக்கிறாள். ஒரு பக்கம் பூச்செண்டுகள் வழங்கப்படுகின்றன. ஒரு பக்கம் குழந்தைகளுக்குப் பெப்பர்மிண்டுப் பொட்டலங்கள் வழங்கப்படுகின்றன.

பந்தல் முகப்பிலே "தாத்தா ராமச்சந்திரனுக்கு ஜே!" என்று தங்க கில்ட்டில் எழுதப்பட்டிருக்கிறது. கீழே சிறிய தங்க எழுத்துக்களில் "சமூக சேவா சங்கம் -24வது ஆண்டுவிழா" என்று எழுதப்பட்டிருக்கிறது.)

[கையில் ஒரு பொட்டலம் பெப்பர் மிண்டுடன் ஒரு பெரியவர் வருகிறார். அவரைத் தடுத்து நிறுத்தி]

***வேறு ஒரு பெரியவர்:** ஏது ஐயா குழந்தைகளுக்குத் தரப்பட்ட பெப்பர்மிண்டுப் பொட்டலம் ஒன்று உம் கையில் இருக்கிறது?*

***முதல் பெரியவர்;** பெண்களுக்கு மட்டும் தரப்பட்ட பூச் செண்டு எப்படி ஐயா உம் கையில் வந்தது - சொல்லு மேன் நீர்?*

[குறுக்கே விழுந்தடித்துக் கொண்டு நாலைந்து குழந்தைகள் ஓடி வரு கின்றனர்.]

***ஒரு பையன்:** என் பொட்டலத்தில் எட்டுப் பப்பர் மிண்டு இருந்ததுடா!*

***இரண்டாவது பையன்:** என் பொட்டலத்தில் ஆறு தாண்டா இருந்தது.*

***மூன்றாவது பையன்:** என் பொட்டலத்தில் (துக்கமாக) எல்லாம் சூடப் பப்பர்மிண்டுதாண்டா!*

[நாலைந்து யுவதிகள் கைகோத்துக் கொண்டு வருகிறார்கள்.]

***முதல் யுவதி:** இந்தமாதிரி சந்தர்ப்பங்களில்தான் நாமும் இந்தச் சேவா சங்கப் பள்ளிக்கூடத்தில் படிக்கவில்லையே என்று வருத்தமாக இருக்கிறது.*

இரண்டாவது யுவதி: *அனாதைக் குழந்தைகளுக்கு ஆதரவு காட்ட ஆயிரம் பேர்வழிகள் இருக்கிறார்கள். நமக்குத்தான் கஷ்டம் வந்தால் கூட கவனிக்க ஆளேயில் லாமல் போய்விடுகிறது.*

பெப்பர்மிண்டுப் பேச்சைத் தொடங்கிய பெரியவர்: *பிர சங்கங்கள் ஆரம்பமாகிவிட்டன போலிருக்கிறதே! போகலாமா?*

[எல்லோரும் போகிறார்கள். ஒலி பெருக்கிகளில் பாரதி பாட்டு ஓய்ந்து விட்டது. "வாங்கோ! வாங்கோ!" என்று பல ஆண் குரல்களும் பெண் குரல்களும் ஒலிக்கின்றன."இப்படி வந்து உட்காருங்கள்" என்று யார் யாரையோ யார் யாரோ உபசரிக் கிறார்கள். "ஆரம்பிக்கலாமா?" என்றும் "ஆரம்பிக்கலாமே!" என் றும், "இப்ப ஆரம்பித்தால் இருட்டு முன் முடித்து விடலாம்" என்றும் பல குரல்கள் கேட்கின்றன.)

காட்சி 2

[பிரசங்கப் பந்தலில். சபையிலிருந்து பார்த்தால் மேடைமேல் மூன்றே மூன்று பேர்வழிகள்தான் உட்கார்ந்திருக்கிறார்கள். அதில் நடுவில் வீற்றிருப்பவர் தான் தாத்தா ராமச்சந்திரன். பழுத்த கிழவர். பார்ப் பதற்குக் கம்பீரமாக ஆஜானுபாகுவாக இருக்கிறார். மங்காது கூர்மையாக உள்ள கண்களும், நரைக்காத புருவங்களும், விசாலமான நெற்றியும், எடுப்பான மூக்குமாக, பார்ப்பவர் மனசைக் கவரும் ஆணழகனாக வீற்றிருக்கிறார். லேசான, எதிலும் ஒட்டாத ஒரு பாவம் அவர் முகத்திலே படர்ந்திருக்கிறது. பழுத்த வேதாந்தி என்று அசப்பிலே பார்த்தாலும் சொல்லத் தோன்றும். ஆனால் அவர் வேதாந்த விசாரத்தில் ஈடு பட்டு நடைமுறை உலகை மறந்துவிட்டவர் என்றும் சொல்ல முடியாது. அவருடைய நடைமுறை வெற்றிக்கு இன்று ஆண்டு விழாக் கொண்டாடும் சமூக சேவா சங்கமும் அதற்கு ஆதாரமான அவர் சேவையும் பொருள் உதவியுமே சான்று. துல்லிய கதர் சட்டை அணிந்திருக்கிறார். பற்களில்தான் ஒரு பத்தைக் காணவில்லை - மற்றப்படி வயதின் காம்பீர்யம் தெரிகிறதே தவிர, வயதின் பலஹீனங்கள் எதுவும் அவரிடம் காணப்படவில்லை.

விழாவைத் தலைமை தாங்கி நடத்தித் தர ஏற்றுக் கொண்டிருப்பவர் உள்ளூர் உயர்நிலைப் பள்ளியின் போஷகர், நிர்வாகி, கரெஸ்பாண்டெண்டு. அவரும் வயதானவர்தான்; ஆனால் தாத்தாவைப் போல அவ்வளவு வயதானவர் அல்ல; அவ்வளவு காம்பீர்யம் உள்ளவரும் அல்ல.

மேடைமேல் உட்கார்ந்திருக்கும் மூன்றாவது ஆசாமியைக் கவனிக்க வேண்டிய அவசியமேயில்லை. அவர் சாதாரணமாக இந்த மாதிரிக் கூட்டங்களுக்குக் கென்று பிரமுகராகி மேடைமேல் வீற்றிருப்பவர். மற்ற நாட்களில் அவரை யாரும் கவனிக்க மாட்டார் கள். அவர் அதுபற்றிக் கவலைப்படுவதில்லை; நாமும் கவலைப்படுவானேன்? பிரமுகர் - ஆனால் பொறுப்பற்றவர். பெரியவர் - ஆனால் ஜனங்களின் மதிப்பைப் பெறாதவர். உயர்ந்தவர் - ஆனால் அப்படியொன்றும் குணசாலி அல்ல. பணக்காரர் - ஆனால் எதையும் தானாகச் சம்பாதிக்கும் திறமையில்லாதவர். பெயருக்கு ஆசைப்பட்டவர்தான் - ஆனால் எப்படியும் யாருக்கும் எதுவும் உதவி செய்துவிட மாட்டார். தாத்தா ராமச்சந்திரனுக்கு நேர் எதிர் அவர். அவரைப் போன்றவர்கள் நம் கிராம நகர சமூகங்களில் நூற்றுக் கணக்கானவர்கள் இருக்கிறார்கள். "வாய்ப் பேச்சில் வீரரடி" என்று பாரதியார் பாடியது இவரைப் போன்ற மனிதர்களைத்தான்.

விழாத் தலைவர் அழுத்தம் திருத்தமாக பேசுகிறார்– கவனிப்போம்.]

தலைவர்: இந்தச் சேவா சங்கத்தை ஸ்தாபித்து இருபத்தி நாலு வருஷங்களாகத் திறம்பட நடத்தி வரும் தாத்தா ராமச்சந்திரனுக்கு நாமெல்லோரும் என்றென்றைக்கும் கடமைப்பட்டிருக்கிறோம்; இந்த ஊரில் வரப்போகிற பல தலைமுறைகளும் கூட அவருக்கு வெகுவாகக் கடமைப்பட்டிருக்கும் என்பதில் சிறிதும் சந்தேகமே யில்லை. இந்த மாதிரியான ஒரு சங்கத்தை ஸ்தாபிப்பது என்பது இந்த நாட்களில் மிகவும் சுலபமான காரியம். பாங்கிலிருக்கும் பணத்தில் ஏதோ கொஞ்சத்தை எடுத்துக் கொடுத்துவிட்டு, பெயர் வாங்கிக்கொண்டு நகர்ந்து விடுவது மிகவும் சுலபம். ஆனால் லக்ஷக் கணக்கில் பணத்தையும் போட்டுவிட்டு, அலுப்பு சலிப்பில்லாமல் தினசரிச் சொந்த அலுவல்களையும் கவனித்துக் கொண்டு, பெரிய எதிர்ப்புகளையும் சமாளித்துக்

கொண்டு, இருபத்தி நாலு வருஷங்கள் ஒரு ஸ்தாபனத்தை வளர்த்து நிலை நிறுத்தி ஸ்திரப்படுத்துவது என்பது தனி ஒரு மனிதனால் சுலபத்தில் செய்துமுடிக்கக்கூடிய காரியமல்ல. *(பலத்த கரகோஷம்).*

தலைவர் தொடர்ந்து: இரண்டு வருஷங்களாக இங்கு ஒரு சின்னப் பள்ளிக்கூடத்தை ஆரம்பித்துவிட்டு சமாளிக்க முடியாமல் நான் திண்டாடுகிற திண்டாட்டம்தான் நான் சொல்லாமலே உங்களுக்கெல்லாம் தெரியுமே! *சிரிப்பு, ஒரு குரல் - சிரமப்படுகிறவரைப் பாரடோய்!)* எப்படித்தான் இவர் ஒருவராக இவ்வளவு பெரிய ஸ்தாபனத்தை இத்தனை நாட்களாகச் சமாளிக்கிறாரோ என்று என்னால் நினைத்துப் பார்த்து வியப்படையாமல் இருக்க முடியவில்லை.

ஒரு ஸ்தாபனம் என்று நான் சொன்னது பிசகு. தாத்தா ராமச்சந்திரனின் சங்கத்தின் ஆதரவில் பல ஸ்தாபனங்கள் தழைத்துக் கிளைத்து வளர்ந்தோங்கியிருக்கின்றன. பதினேழு பதினெட்டு ஸ்தாபனங்கள் - அவற்றின் பெயரை நான் இங்கு சொல்ல வேண்டிய அவசியம் இல்லை என்றே எண்ணுகிறேன் - தனித் தனியே சிறப்பாக இயங்கி வருகின்றன. பக்ஷபாதம் சிறிதுமில்லாமல், ஒன்றோடொன்று மோதி ஸ்தம்பித்துவிடாமல், எல்லாவற்றையும், வீணாகிவிடாமல் நடத்தி வருகிற தாத்தா ராமச்சந்திரனின் திட சித்தத்தையும், தைரியத்தையும், சுயநலமின்மையையும், திறமையையும், சேவை உணர்ச்சியையும் நான் எப்படிப் புகழ்ந்து முடிக்க முடியும். *(பலத்த கைதட்டல்)*

இரு பத்தி நாலு வருஷங்கள்! ஆம். ஒரு வாழ்வு முழுமையும் என்று இந்தியக் கணக்கில் சொல்லவேண்டும்: தன் வாழ்வில் மூன்றில் ஒரு பங்கைப் பூரணமாக தாத்தா ராமச்சந்திரன் இச் சங்கத்துக்கென்று அளித்திருக்கிறார். *(பலத்த கரகோஷம்)* இந்த ஊரைவிட்டு அவர் வெளியே போக மட்டும் சம்மதித்திருந்தாரானால், அவருக்குப் பெரிய பெரிய பதவிகள் கிட்டியிருக்கும் என்பதில் யாருக்கும் எவ்விதச் சந்தேகமும் இருக்க முடியாது. ஆனால் அதையெல்லாம் தியாகம் செய்ய அவர் சிறிதும் தயங்கவில்லை. நம் ஜில்லாவுக்கு, நம் தமிழகத்துக்கு, ஒரு பெருமையாக ஒரு ஸ்திரமான எடுத்துக்காட்டாக இருக்கவேண்டும் என்று அவர் தன்

வாழ்வையும் தன் வாழ்வின் பெரும்பயனாக இந்த ஸ்தாபனத்தையும் உருவாக்கிவிட்டார். உங்களிடையே புதியவனாக வந்து சேர்ந்த நான், உங்களுக்கே, உங்களில் ஒருவராகிய தாத்தா ராமச்சந்திரனை அறிமுகம் செய்து வைக்க முற்படுவது அதிகப் பிரசங்கம்தான். எனினும், எனக்குத் தோன்றியதைச் சொல்லச் சந்தர்ப்பம் கிடைக்கிறபோது சொல்லவே நான் விரும்புகிறேன். (பலத்த கரகோஷம்).

தாத்தா இதற்காகச் செலவிட்ட பொரு ளெல்லாம் அவர் சொந்தமாகவே தலைப்பட்டுச் சம்பாதித்தது என்பது நமக்கெல்லாம் தெரியும். இந்தச் சேவா சங்கத்தின் பேரில் அவருக்குள்ள ஈடுபாட்டில் ஒரு பாதியை அவர் தன் வியாபாரத்தில் திருப்பி யிருந்தாரானால் இன்னும் பல லக்ஷங்கள் அவருக்குச் சேர்ந்திருக்கும் என்பதில் சந்தேகமேயில்லை. ஆனால் நம் தாத்தா ராமச்சந்திரனுக்கு என்றுமே பணம் பொருட்டாக இருந்ததில்லை. சேவை என்பது மட்டுமே தன் லக்ஷியம் என்று வாழ்க்கை நடத்துபவர் அவர். (பலமான கைதட்டல்)

இருபத்திநாலு வருஷங்கள்! ஆமாம். தன் வாழ்க்கையில் மூன்றில் ஒரு பங்கைப் பூரணமாக இந்தச் சங்கத்துக்கென்று அளித்திருக்கிறார். அவர். (மறுபடியும் கைதட்டல்).

மேலும் உங்களுக்குத் தெரிந்த விஷயங்களையே திரும்பத் திரும்பச் சொல்லிக் கொண்டு நேரத்தை வீணாக்க நான் விரும்பவில்லை. உட்காரு முன் நான் ஒரே ஒரு விஷயத்தை மட்டும் வற்புறுத்த விரும்புகிறேன். அடுத்த வருஷம் நமது சங்கத்துக்கு வெள்ளி விழாக் கொண்டாடவேண்டும். அதை நாம் பாரதநாடு பூராவும் கவனித்துப் பாராட்டும்படியாகக் கொண்டாட வேண்டும், அதற்காகும் செலவு ஐம்பதினாயிரம் என்று திட்டமிட்டு ஒரு கமிட்டி இன்று முதலே வேலை செய்யத் தொடங்கி யிருக்கிறதென்று தெரிவித்துக் கொள்ளுகிறேன். ஐம்பதினாயிரம் செலவிடுவதை ஐந்து லக்ஷமாக வசூல் செய்து சங்கத்துக்கு உதவி நாம் எல்லோரும் தாத்தா ராமச்சந்திரனுக்கு நமது பாராட்டை வெள்ளி விழாவில் தெரிவித்துவிட வேண்டும் என்பது என் கோரிக்கை.

கடைசியாக ஒன்று. தாத்தா ராமச்சந்திரன் நெடுங்காலம் நம் மிடையே வாழ்ந்து, நம் சமூகத்துக்குச் சேவை செய்து

ஊக்கமளித்து உயிரூட்ட நாம் கொடுத்து வைத்திருக்க வேண்டும் என்று எல்லாம் வல்ல ஈசனைப் பிரார்த்திக் கிறேன். கடைசியாக ஒரே ஒரு...

[சபையில் பல குரல்கள் தாத்தா ராமச்சந்திரன்! தாத்தா ராமச்சந்திரன்! என்று கூறுகின்றன. பலத்த கரகோஷத்துக்கிடையே தலைவர் உட்காருகிறார்.]

தாத்தா ராமச்சந்திரன்: *(கனைத்துக்கொண்டே எழுந்து நின்று தன் மார்பைப் பார்த்துக் கொள்கிறார். எல்லாரும் வந்திருக்கிறார்களா என்று பார்க்கிறவர் மாதிரி வரிசையாகச் சபையைக் கண்காணித்துக் கொண்டே அழுத்தமான குரலில் பேசத் தொடங்குகிறார்.)* நான் செய்துவிட்டதை ஏதோ எல்லோருமாகக் கூடி வானளாவப் புகழுகிறீர்கள். ஊருக்கு நல்லதை அவனவனுக்குத் தெரிந்த அளவில் அவனவனுக்குச் சக்தியுள்ள வரையில் செய்தே தீரவேண்டும் என்கிற கொள்கையை யுடையவன் நான். என் சக்திக் கெட்டிய வரையில் ஏதோ கொஞ்சம் செய்திருக்கிறேன். அதைப் பெரிதுபடுத்துகிற அளவுக்குப் பாராட்டியும் போற்றியும் வந்திருக்கிற நமது தலைவர் போன்றவர்களுக்கு நான் பெரிதும் கடமைப்பட்டிருக்கிறேன். சமூக சங்கச் சேவை பலன் தரக்கூடிய அளவிலே அமைந்ததற்கு எனக்கு உதவி செய்தவர்கள் என்று சொல்லவேண்டு மானால் நூற்றுக்கணக்கான பேர்வழிகளைப் பெயரிட்டுச் சொல்லவேண்டும். *(பலத்த கைதட்டல்)*. என் குடும்பத்தினரைப் பற்றிமட்டும் குறிப்பிடவில்லை நான். *(இன்னும் பலத்த கைதட்டல்)*.

மற்றவர்களின் பெயர் களையும் நான் இங்கு சொல்லித்தான் நீங்கள் தெரிந்து கொள்ளவேண்டும் என்பதில்லை. அவ்வவ் வருஷத்திய ஆண்டு அறிக்கைகளில் அவர்களுடைய பெயர்கள் ஒன்றையும் விட்டுவிடாமல் அவ்வப்போது என் கடமையைச் செலுத்தி அவர்களுக்கெல்லாம் நன்றி சொல்லியே வந்திருக்கிறேன் நான். சங்கத்தின் நிரந்தரத் தலைவனாக இருக்க அவர்களில் பலர் என்னையும் விட அதிகத் தகுதி வாய்ந்தவர்கள். இருந்தும் மீண்டும் மீண்டும் நானே தலைவனாக வரவேண்டும் என்று அவர்களே விரும்புவதால் என் பணியை என் அளவில், என் சக்திக்கேற்பச் செய்து வந்திருக்கிறேன். ஆனால் பொதுவாக

எனக்கு உதவி செய்து வந்திருப்பவர்களில் ஒருவர் பெயரை மட்டும் இங்கு நான் சொல்லவேண்டியது அவசியமாகிறது. இந்த நாலு வருஷங்களாக இந்தச் சங்கம் பல புதுத் துறைகளில் வேலை செய்து வந்திருக்கிறது. அதில் என் கைத்திறன் ஒன்றுமில்லை. யாருமற்ற அனாதையாகச் சங்கத்தில் சேர்ந்து படித்துப் பெரியவளாகி இப்போது இச் சங்கத்தின் எல்லாத் துறைகளுக்குமே நிர்வாகியாக இருந்து பணியாற்றும் மிஸ் நளினியைத்தான் சொல்லுகிறேன். *(நீண்ட கரகோஷம்)*

இங்கு கூடியுள்ளவர்களில் அநேகமாக எல்லோருக்குமே மிஸ் நளினியைத் தெரியும். என்னைத் தெரிந்தவர்கள் எல்லோருக்குமே மிஸ் நளினியையும் தெரியும். மற்ற இருபது வருஷங்களில் சாதித்ததைப் போல நாலு மடங்கு அதிகமாகவே இந்த நாலு வருஷங்களில் இச் சங்கம் சாதித்திருக்கிறது என்று நான் நிச்சயமாகச் சொல்லுவேன். அதற்கான பொறுப்புப் பூராவும் பெருமை பூராவும் மிஸ் நளினியையே சாரும் என்கிற அர்த்தத்தில்தான் சொல்லுகிறேன். நான் இருந்து நடத்துகிறேன் என்றாலும் நடைமுறையில் எல்லாவற்றை யும் கவனிப்பவள் மிஸ் நளினிதான். *(கரகோஷம்)*

இரண்டொரு பெண் குரல்கள்: *மிஸ் நளினி! மிஸ் நளினி!*

தாத்தா ராமச்சந்திரன்: மிஸ் நளினியைப் பேசக் கூப்பிடுமுன் இன்னொரு சந்தோஷச் சமாசாரத்தையும் இங்கு உங்களுக்குச் சொல்லிவிடுகிறேன். மிஸ் நளினி இன்னும் சில நாட்களிலே மிஸ்ஸிஸ் நளினியாகிவிடுவாள் என்பதுதான் அந்த விஷயம். அதற்குமேல் அவ் விஷயம் பற்றிச் சொல்வதற்கில்லை. சங்கத்தின் இருபத்தைந்தாம் வருஷக் கொண்டாட்டம் பற்றிக் குறிப்பிட்டாரே தலைவர், அது போலப் பெருமையாகக் கொண்டாட வேண்டிய விஷயம் அதுவும். *(சபையில் பல குரல்கள் "ஆமாம் ஆமாம்" என்று எதிரொலிக்கின்றன)* இப்போது நான் மிஸ் நளினியைப் பேசக் கூப்பிடுகிறேன்.

[தாத்தா ராமச்சந்திரன் உட்கார்ந்து விடுகிறார்.]

நளினி: *(மிகவும் அடக்கமாக வெள்ளை ஆடை உடுத்திய அதிக அழகில்லாத யுவதி. இருபத்திநாலு வயதிருக்கும்.*

மிகவும் பணிவுடன் மேடையேறி இரண்டு கரங்களையும் கூப்பி வணங்கிவிட்டுத் தலைவரைப் பார்த்துப் பேசுகிறாள்):

தாத்தாவும் சபையோரும் என்னை அளவுக்கு மீறியே பாராட்டுகிறார்கள் என்று எனக்குத் தோன்று கிறது. இந்தச் சந்தர்ப்பத்தில் என்ன பேசுவது, எப்படிப் பேசுவது என்றே எனக்குத் தெரியவில்லை. தாத்தா வுக்கு நான் மட்டுமல்ல, இந்த ஊர் பூராவுமே எப்படிக் கடமைப்பட்டிருக்கிறது என்பது நாடறிந்த விஷயம். நாட்டுக்கே அவர் சேவை ஒரு எடுத்துக்காட்டு;

ஒரு உதாரணம். முன்னேற்றத்துக்கான ஒரு யோசனை, கல்வித் திட்டத்தில் ஒரு நூதனப் பரீக்ஷை, ஏழைகளுக்கு ஒரு உதவி, என்றால் தாத்தா ஒரு நிமிஷம்கூடத் தயங்க மாட்டார். தயங்கத் தெரியாது அவருக்கு. குப்பைத் தொட்டியிலே கைவிடப்பட்டுக் கிடந்த என்னை எடுத்து, சொந்தப் பெண்ணிடம் காட்டுவது போன்ற அன்பு காட்டி, வளர்த்துப் போதிய வரையில் படிக்க வைத்து, இந்தச் சேவையில் பங்குகொள்ளச் செய்த அவருடைய பெருந்தன்மையை நான் என்னவென்று புகழ்வது! ஆனால் இந்தப் பெரும் சேவையில் சமூகத்திலுள்ள மக்கள் ஒவ்வொருவருக்கும் பங்கு இருக்க வேண்டும். விரிவடைந்து கொண்டிருக்கும் சேவா சங்கத்தின் வேலைகளில் நீங்கள் எல்லோருமே பங்கு கொள்ள வாருங்கள் என்று உங்களெல்லோரையுமே அழைக்கிறேன். உங்கள் ஒவ்வொருவருடைய உழைப்பும் ஆதரவும் எங்களுக்குத் தேவை. இன்னும் சிறப்பாக இந்தச் சங்கத்தை நடத்த உதவுங்கள் என்று நான் உங்களை வேண்டிக் கொள்கிறேன்.

சபையில் ஒரு குரல்: *கலியாணம் எப்போது?*

[மிஸ் நளினி சபையை வணங்கிவிட்டு மேடையிலிருந்து இறங்கிக் கூட்டத் தில் மறைந்துவிடுகிறாள்.]

தலைவர்: *(எழுந்து ஆடம்பரமாக அங்கவஸ்திரத்தை இழுத்து விட்டுக்கொண்டு) மிஸ் நளினி இவ்வளவு ரத்தினச் சுருக்கமாக ஆணித்தரமாகப் பேசிய பிறகு அதன் பயனை வீணாக்கும் வகையிலே நான் எதையும் சொல்ல விரும்பவில்லை. காரியத்தில் கண்ணாக இருப்பவர்கள்*

பேசவேண்டிய அவசியமே இல்லைதான். மிஸ் நளினி உங்களைச் சேவை செய்ய அழைக்கிறார்கள். அந்த அழைப்புக்குச் செவி சாய்த்து அவரவர்கள் சக்திக் கேற்ப சேவை செய்ய வேண்டும் என்று உங்களிடம் கேட்டுக்கொண்டு நான் இந்தப் பாராட்டுக் கூட்டத்தை நிறைவேற்றி வைக்கிறேன்.

[கை தட்டல். கும்பலில் பலவிதமான சப்தங்கள். சபை கலைகிறது.]

காட்சி 3

(கூட்டம் கலைந்து வரும் சந்தடிகள். ஒரு பக்கம் கார் நம்பர்கள் சொல்லப்படுகின்றன. ஒரு பக்கம் கார் ஹார்ன்கள் அலறுகின்றன. பல குரல்கள் ஏக காலத்தில் கசமுச வென்று பேசுவது கேட்கிறது.)

பல குரல்கள் ஏக காலத்தில்: *சீக்கிரமே கச்சிதமாக முடித்துவிட்டார்களே! தேவலை!*

ஒரு கிழவர்: *ஊருக்கு நல்லது செய்கிறேன் என்று. தொடங்கினால் அது முடிவில் தனக்கு நல்லது செய்து கொள்கிற மாதிரித்தான் என்பது எனக்கு ஆரம்பத்திலேயே தெரியாமல் போய்விட்டது.*

வேறு ஒரு கிழவர்: *தெரிந்திருந்தால் மட்டும் போதுமா? வசதிகள் வேண்டாமா?*

மூன்றாவது கிழவர்: *இதுவரை இந்தச் சேவா சங்கத்திற்காக தாத்தா ராமச்சந்திரனின் சொந்தப் பணம் ஒரு ஐந்து லக்ஷமாவது செலவழிந்திருக்கும் என்று எனக்குக் கேள்வி.*

இரண்டாவது கிழவர்: *பாக்கி எங்கே போவதாம்? இப்போது சங்கக் கட்டிடங்களே ஒரு ஏழெட்டு லக்ஷம் பெறுமே. தான் சம்பாதித்ததில் ஒரு பாதியையாவது இந்தச் சங்கத்துக்காகச் செலவிட்டிருப்பார் தாத்தா. சும்மா சொல்லக்கூடாது!*

முதல் கிழவர்: *(உலகப் போக்கறிந்த குரலில்)* இதனால் வரவு ஏதாவது இல்லாமலா இருந்திருக்கும்?

இரண்டாவது கிழவர்: வரவு தேடுகிறவராக இருந்தால் தாத்தாவால் இந்தச் சங்கத்தை இந்த நிலைக்குக் கொண்டு வந்திருக்க முடியாது என்பது நிச்சயம். மற்ற ஊர்களி லெல்லாம் சற்றேறக்குறைய அதே சமயத்தில் ஆரம்பிக்கப்பட்ட சங்கங்கள் எல்லாம் போன வழி இதுவும் பல வருஷங்களுக்கு முன்னதாகவே புகைந்து போயிராதா?

முதல் கிழவர்: பின் எதற்காகப் பணத்தையும் காலத்தையும் விரயம் செய்துகொண்டு இவ்வளவும் செய்கிறாராம்?

இரண்டாவது கிழவர்: ஊருக்கு நல்லது என்றுதான். பிறருக்கு நல்லது செய்வதில் அக்கரையுள்ளவர்கள் இன்றும் நம்மிடையே இருக்கத்தான் இருக்கிறார்கள்.

மூன்றாவது கிழவர்: அதுக்கு மட்டுமல்ல. ஒரு மனிதன் பெரும் பொருளீட்டுகிறான் என்றால் அதற்கும் கூட இந்தச் சேவையால் அர்த்தம் உண்டாகிவிடுகிற மாதிரி இருக்கிறது. ஒரு மனுஷ்யனுக்குத் தேவைக்கு மேல் வந்தால், பிறருக்குத் தரவேண்டும் என்கிற எண்ணம் தோன்றலாமில்லையா?

நாலாவது கிழவர்: *(விவாதத்தில் புதுசாகக் கலந்து கொள்கிறார்)* இதனால் ஒரு அந்தஸ்து, ஒரு கௌரவம், ஒரு சக்தி, ஒரு பெருமை பிறக்கிறது. அதற்காகவும் தான்.

முதல் கிழவர்: இந்த அதிகார அந்தஸ்தைச் சொல்லுங்கோ முதலில். பிறர் காரியங்களில் ஈடுபட்டு நடத்தி வைக்கிற அதிகார வெறி, சக்தி உணர்ச்சி இருக்கிறதே, அதைப் பற்றிய ஆசை ஒரு மனிதனுக்கு ஏற்பட்டுவிட்டால், அது பணத்தாசையையும் விட, பெண்ணாசையையும், மண்ணாசையையும் விடப் பெரிதாகச் செயலாற்றும். சாம்ராஜ்யங்களையும் ஆட்டி வைக்கும் சக்தி அது. மனிதன் இந்தக் சக்தி ஆசைக்கு மட்டும் இடம் தரக் கூடாது. சுற்றியிருப்பவர்களின் வாழ்வைப் பாலைவன மாக்கிவிடும் சக்தி இது,

(கிழவர்கள் பேசிக்கொண்டே போகிறார்கள்.)

காட்சி 4

[பிரசங்கப் பந்தலில் ஒரு மூலை.

துல்லியமான வெள்ளை வேட்டியும் கதர் ஜிப்பாவும் ஒரு டவலும் அணிந்த ஒரு வாலிபன் வருகிறான். அவன் பெயர் ராஜாராமன். அழகாகவே இருக்கிறான். வயது இருபத்தியாறு இருபத்தியேழு இருக்கும்.)

ராஜாராமன்: *(தூரத்தில் காணப்படும் நளினியைக் கூப்பிடுகிறான்.)* நளினி! நளினி!

நளினி: யாரு? மிஸ்டர் ராஜாராமன்? வந்துவிட்டேன். *(அருகில் வந்து)* என்ன விஷயம் ராஜாராமன்? நான் இப் போது அவசரமாகப் பெரியவர் வீட்டுக்குப் போக வேண்டும்.

ராஜாராமன்: கும்பல் கலையட்டும் என்று காத்திருந்தேன் நளினி. கூட்டத்தில் தாத்தா சொன்னவுடனே எனக்கு. என்னவோ போலாகிவிட்டது நளினி. நம் விஷயம் இவருக்கும் தெரிந்துவிட்டதா, எப்படித் தெரிந்தது என்று திகைத்துவிட்டேன் நான். நீ இன்னமும் சொல்லியிருப்பாய் என்று........

நளினி: நானா? நான் ஒன்றும் சொல்லவில்லை. அவராகவே எப்படியோ தெரிந்துகொண்டிருக்கிறார் போல இருக்கிறது.

ராஜாராமன்: அடேயப்பா! இந்தத் தாத்தா யமன்னாலும் யமன்தான். எப்படியோ அவர் உன் ரகசியத்தையும் என் ரகசியத்தையும் தெரிந்து வைத்துக் கொண்டிருக்கிறாரே! கூட்டத்தில் போட்டு குட்டை உடைத்து விடப் போகிறாரே என்று நான் பயந்து விட்டேன் நளினி.

நளினி: *(தனக்குள்ளேயே பேசிக்கொள்பவள் போல)* தாத்தா மனசில் வேறு ஏதாவது அபிப்பிராயம் ஏற்பட்டு விடுமுன் நான் அவரிடம் விஷயத்தை தெரிவித்து விட வேண்டும். இத்தனை நாள் மறைத்து வைத்திருந்ததே அவருக்குத் துரோகம் செய்துவிட்ட மாதிரித்தான் என்று எனக்குத்

தோன்றுகிறது. தவிரவும் வேறு ஏதாவது அவர் தீர்மானித்துவிட்டாரானால் அவர் மனசை மாற்றுவது சிரமம்! சிரமம்!

ராஜாராமன்: *எனக்கும் உத்தியோகத்துக்கு வந்து சேரச் சொல்லி உத்தரவு வந்துவிட்டது நளினி. இனி ஒளிவு மறைவுக்கு அவசியம் எதுவுமில்லை. இன்று மாலையே தாத்தாவை நீயும் நானும் சேர்ந்து போய்ப் பார்த்து....*

நளினி: *இன்று வேண்டாம். அதை நாளைக்கு வைத்துக் கொள்வோம்.... இன்று நல்ல கூட்டம்தான்....நாமும் போவோம். (கிளம்புகிறாள்)*

ராஜாராமன்: *நீ எதையோ நினைத்துத் தயங்குகிற மாதிரி இருக்கிறதே நளினி!*

நளினி: *தயக்கமா? என்ன தயக்கம்? அதெல்லாம் ஒன்று மில்லை. நம் விஷயத்தை அவரிடம் எடுக்க இது சரியான சமயமல்ல. நாளைக்கு வைத்துக்கொள்வோம் என்று தான் சொன்னேன்.*

ராஜாராமன்: *அப்போ நாளை சந்திக்கிறேன். வரட்டுமா, நளினி.*

நளினி: *சரி. (அதே சமயம் யாரோ வந்து)*

நளினி! நளினி! தாத்தா தேடுகிறாரே.

நளினி: *தாத்தா தேடுகிறாரா? இதோ வந்துவிட்டேன்! (போகிறாள். ராஜாராமனும் அவளைத் திரும்பிப் பார்த்துக்கொண்டே நடக்கிறான்.)*

[பந்தலில் கலைந்து கொண்டிருக்கும் கூட்டத்தில் மூவர் பேசிக்கொண் டிருக்கின்றனர்.]

ஒருவன்: *முடிசூடா மன்னன் என்றால் அவருக்குத் தாண்டா தகும்! இங்கு எல்லாமே அவரிஷ்டப்படித்தான் நடக்கவேண்டும். வாழ்ந்தால் மனிதன் இப்படி வாழ வேண்டும் - தெரிந்ததா?*

இரண்டாமவன்: *உண்டென்றால் உண்டு. இல்லையென்றால் இல்லை. மறு பேச்சு யார் பேசமுடியும்!*

மூன்றாமவன்: *யமன் அவர்- சாக்ஷாத் யமனேதான்*

(மூவரும் பேசிக்கொண்டே நகருகிறார்கள்.)

ராஜாராமன்: *நாளைக் கண்டம் தாண்ட வேண்டுமே! கடவுளே! (போகிறான்.)*

அங்கம் 2

காட்சி 1

(அதே இரவு. தாத்தா ராமச்சந்திரனின் மாளிகையின் சாப்பாட்டுக் கூடம். விசாலமான கூடத்தின் மத்தியில் ஒற்றைக் கல்லின் மேல் தபஸியாக நிற்கும் பாண்டுரங்கர் படம் ஒன்று வைத்திருக்கிறது.

பச்சையும் சிவப்பும் வைரமும் பதித்த விலையுயர்ந்த ஆளுயரப் படம். அதற்கு முன்னால் ஒரு ஐந்து முகக் குத்துவிளக்கு அலங்காரமாக, தாத்தா ராமச்சந்திரன் வீட்டில் எரிகிறோம், என்கிற நினைப்புடன் எரிகிறது.

கூடத்துச் சுவரில் வரிசையாகப் பல படங்கள் ஆணி அடித்துத் தொங்கவிடப்பட்டிருக்கின்றன. எல்லாம் பெரிய பெரிய ஐதிகப் படங்கள். முக்கால் வாசிக்குமேல் சுவாமி படங்கள்தான். பாக்கிக் கால் வாசியும் பட்டிலும் வெள்ளைக் காகிதத்திலும் தங்க எழுத்துக்களால் பொறிக்கப்பட்ட பாராட்டுப் பத்திரங்கள். எல்லாம் தாத்தா ராமச்சந்திரனைப் பாராட்டுபவை என்று சொல்லவேண்டிய அவசியமில்லை.

கூடத்திலே மூன்றாவது அங்கணத்தில் பளபள வென்று வெள்ளித் தாமரைக் குமிழ்கள் வைத்த ஊஞ்சல் பலகை போடப்பட்டிருக்கிறது. அதில் இப்போது விசாலம் என்கிற தாத்தாவின் பெண்ணும், லீலா என்கிற ஒன்பது வயதுப் பேத்தியும் உட் கார்ந்து ஆடிக்கொண்டிருக்கிறார்கள். ஊஞ்சல் சங்கிலிகள் இரும்பால் ஆனவைதான் எனினும் வெள்ளி போலப் பளபளக்கின்றன.

பிரகாசமான ஐந்து கொத்து விளக்குகள் எரிந்து கொண்டிருக்கின்றன. சமையற்கட்டுக்குப் பக்கத்து இரண்டு அங்கணங்களிலும் பதினேழு பதினெட்டு தலைவாழை இலைகள் போடப்பட்டிருக் கின்றன.

பாண்டுரங்கர் படத்தை எதிர்த்த சுவரில் மாட் டப் பட்டிருக்கும் சுவர்க் கடிகாரம் மணி ஒன்பதடிக்கிறது.]

விசாலம்: *(ஊஞ்சலிலிருந்தபடியே)* உங்க தாத்தாவுக்கு இன்னிக்குச் சாப்பிடவேணும் என்கிற நினைப்பே வராது போலிருக்கு. பாராட்டுப் பேச்சிலேயே வயறு ரொம்பிப் போச்சோ! தினம் எட்டரை மணிக்கே இலை போடு, இலை போடு என்று கூத்தடிப்பார். இன்று என்னடா என்றால் ஒன்பது மணிக்கும் ஆளைக் காணவில்லை.

வேணு: *(உள்ளே வந்துகொண்டே)* ஏனம்மா இத்தனை சொல்லுகிறாய்? சாப்பிடக் கூப்பிட்டால் தானே வருகிறார் தாத்தா!

விசாலம்: போய்க் கூப்பிடேன் என்றுதான் சொல்லுகிறேன்.

லீலா: நான் போய்க் கூப்பிட்டுக்கொண்டு வருகிறேன் தாத்தாவை. *(ஊஞ்சலை விட்டிறங்கித் தடதடவென்று முன் கூடத்துக் கதவைத் தாண்டி ஓடுகிறாள்)*

விசாலம்: *(தன் மகன் வேணுவைப் பார்த்து)* இன்றைக்குக் கூட்டமெல்லாம் அமர்க்களமாக நடந்ததாமே!

[அதைக் கேட்டுக்கொண்டே வந்த விசுவம் என்கிற அவள் புருஷன் அலக்ஷியமாக]: அமர்க்களத்துக்கு என்ன குறைச்சல். ஏமாந்து பணத்தை விடத் தயாராக இருப்பவன் ஒருவன் அகப்பட்டால் அவனை இந்திரன் சந்திரன் என்று புகழ ஆளா அகப்படாது?

வேணு: தாத்தா ஏமாந்துதான் பணத்தை விடுகிறார் என்று நீ எண்ணுகிறாயா அப்பா?

விசுவம்: *(ஏளனமாக)* இல்லை! இல்லை! ஏமாறாமல் தான் விடுகிறார்!

விசாலம்: ஏமாந்தோ, ஏமாராமலோ, பணத்தை விடாமலிருக்க இந்தச் சமர்த்து மாப்பிள்ளையிடம் அவர் கற்றுக் கொண்டிருக்கலாம்!

(கடைசி இவருடைய பேச்சையும் கேட்டுக்கொண்டே வந்த விசாலத் தின் தம்பி

சிவன்: *அத்திம்பேர் இனி மேல் இன்றிரவு பேசவே மாட்டார்.*

விசுவம்: *அப்படி என்னடா உங்கக்கா கிட்ட எனக்குப் பயம்?*

விசாலம்: *அவர் பயப்பட நான் புலியா, சிங்கமா?*

சிவன்: *இரண்டுமில்லைதான். ஆனாலும் அத்திம்பேரே; நீங்கள் அடிநாள் முதல் எந்தெந்த பிஸினெஸ்லே எத்தனை எத்தனை பணம் விட்டேள் என்று அக்கா அடுக்க ஆரம்பித்தாளானால் ராத்திரி பூராவும் ஆகுமே முடிக்க! முடிந்து போச்சு என்று நீங்க நினைக்க ஆரம்பிக்கிறபோது, புதுசா ஒரு பாணம் சீறிக்கொண்டு வரும். பயந்தான்னு ஒத்துக்குங்கோ அத்திம்பேரே.!*

விசாலம்: *கௌரி எங்கே காணவில்லை?*

விசுவம்: *எதுக்கு அவளைத் தேடறே! அவளும் சேர்ந்துண்டு என் மண்டையை உருட்டட்டும் என்றா? நான் அப்படியெல்லாம் பயந்துவிடமாட்டேன். மாமனார் வீட்டிலே வேலைவெட்டியில்லாமல் தங்கிவிடத் துணிந்தவன், இந்தச் சலசலப்புக்கெல்லாம் அஞ்சினால் சரிப் பட்டு வருமா? தவிரவும் இங்கே சேவா சங்கத்தின் ஆதரவிலே மட்டும்தான் தருமச் சாப்பாடு எல்லாம் நடக்கிறது என்று சொல்ல முடியாது. இங்கே என் மாமனார் வீடும் தரும சாத்திரம்தான்.*

சிவன்: *அதோ இலைகள் போட்டிருக்கிறதைப் பார்த்தாலே தெரியறதே!*

விசாலம்: *இப்படியெல்லாம் சொல்லிக்கொள்ள உங்களுக்கு வெட்கமாக இல்லையா?*

விசுவம்: *என் பெண்டாட்டி பேச்சைக் கேட்டு நான் செய்து வந்துள்ள காரியத்துக்கெல்லாம் வெட்கப்பட் டால் கட்டி வருமா, சொல்லு.*

சிவன்: *அதோ தாத்தாவை அழைத்து வந்துவிட்டாள் நம்ப லீலா. வாக்குவாதத்தை இதோடு நிறுத்தி வைப் போம்.... அடாடா! நானும் தாத்தா, தாத்தா என்று தான் சொல்லுகிறேன். அப்பா என்று சொல்ல வாய் வர மாட்டேன் என்கிறது.*

[தாத்தா ராமச்சந்திரனும் பேத்தி லீலாவும் சற்றுத் தூரத்திலிருந்து உரக்கப் பேசிக்கொண்டே வரு கறார்கள்.]

தாத்தா: *உனக்கும் பப்பர்மிண்ட் பொட்டலம் கொடுத்தாளா, லீலா?*

லீலா: *பொட்டலம் எல்லாம் கட்டறதுக்கு முன்னாலேயே நான் எனக்குப் பிடித்த நார்த்தஞ்சுளைப் பப்பர்மிண்டாக ஒரு கை எடுத்துக்கொண்டுவிட்டேன்.*

தாத்தா: *அப்படிச் செஞ்சது தப்பில்லையா, லீலா?*

லீலா: *(கலகலவென்று குறும்பாகச் சிரித்துக் கொண்டே) வில்லை பப்பர்மிண்டாக ஒரு எட்டு எடுத்துத் தனியாக ஒரு பொட்டலம் கட்டிப்போட்டேன்.*

தாத்தா: *பாவம்! அது எந்தக் குழந்தைக்குக் கிடைத்ததோ. அப்படியெல்லாம் செய்யலாமோ நீ. நளினி கோபித்துக் கொள்ளவில்லையா?*

லீலா: *கோபித்துக்கொள்ளத்தான் ஆரம்பித்தாள், தாத்தா. ஆனால் நான் பேச்சை மாத்தி அவளுக்குச் சிரிப்பு மூட்டிவிட்டேன்.*

தாத்தா: *(செல்லமாக) அட போக்கிரி!*

லீலா: *இன்னிக்கி ஆத்திலே கூடப் பாயசம் எல்லாம் பண்ணியிருக்கா, தாத்தா.*

தாத்தா: *(ஊஞ்சலண்டை வந்து நின்றுகொண்டு) பாக்கிப் பேரையெல்லாம் எங்கே காணவில்லை. இரவு சாப்பிடும் போதாவது வீட்டில் இருப்பவர்கள் எல்லோரும் என்னுடன் ஒன்றாகச் சாப்பிட உட்காரவேண்டும் என்று சொல்லியிருக்கிறேனே - எத்தனை தடவை சொல்வது?*

சிவன்: *அதோ கௌரி வந்துவிட்டாள். சரோஜாவும் மூர்த்தியும்*

கௌரி: *(வந்துகொண்டே) சங்கத்துத் தோட்டத்திலே வாக் போயிருந்தோம். சரோஜாவும் மூர்த்தியும் என்னோடு வந்துவிட்டார்கள். கால் அலம்பிக்கொண்டு.... அதோ அவர்களும் வந்துவிட்டார்கள்.*

தாத்தா: *நளினியையும் இன்று இங்கே சாப்பிடக் கூப்பிட்டிருந்தேன்.*

கௌரி: *அவள் வருவதாகச் சொல்லவில்லையே! தலையை லேசாக வலிக்கிறது உடம்பு சரியாக இல்லை என்று மட்டும் சொன்னாள்.*

தாத்தா: *நான் சொல்லியும் வராமல் அப்படி அலக்ஷியமாக இருந்துவிடக் கூடியவள் அல்லவே அவள். (முன் கூடத்து டெலிபோன் மணி அடிக்கிறது) நளினியாகத் தான் இருக்கும். போய்ப் பாரு, சிவம்.*

[சிவன் போய்ப் போனில் பேசுவது கூடத்திலிருப்பவர் காதில் விழு கிறது.]

சிவன்: *யாரு ? நளினியா....? சாப்பிட வர முடியவில்லையா....? உடம்பு சரியாக இல்லையா? தலை வலியா? அசதியா? இன்று வேலை அதிகம். தாத்தா இப்போதான் கேட்டார்.... சொல்லிவிடுகிறேன்....மன்னிப்பு என்ன....? இதென்ன பெரிய விஷயம்? (போனை வைத்துவிட்டு சாப்பாட்டுக் கூடத்துக்குள் வந்து தாத்தாவை அணுகி) நளினிதான்.சாப்பிட........*

தாத்தா: *நீ போனில் பேசியது என் காதிலும் விழுந்தது. உம். அவரவர்களை வைக்கிற இடத்தில் வைத்திருந்தால் தான் சரியாக இருக்கும். கொஞ்சம் இடம் தந்து விட்டால்....அது சரி; பேபி எங்கே?*

கௌரி: *பேபியா? பேபி சாப்பிடவில்லை என்றாள். அவள் அறையில் இருக்கிறாள். இரண்டு நிமிஷத்தில் வருவாள்.*

சரோஜா: *(கேலியாக)* பேபி சிங்காரித்துக் கொண்டிருக்கிறாள். இரண்டு நிமிஷத்தில் வரமாட்டாள். குறைந்த பக்ஷம் இருபது நிமிஷமாவது பிடிக்கும்.

மூர்த்தி: கலைந்துவிட்ட தலையை வாறிக்கொள்ளப் போயி ருக்கிறாள் அவள்.உன் மாதிரி எல்லோருமே பரட்டைத் தலையாக இருக்கணும் என்பது சாஸ்திரமா சரோஜா?

வேணு: என்ன அத்திம்பேரே? அக்கா தலையைப் பரட்டையாக வைத்துக் கொண்டிருப்பதும் ஒரு அழகாகத் தான் இருக்கிறது; இல்லையா?

மூர்த்தி: அந்த அழகைப் பார்த்து மயங்கித்தானேடா நான் கலியாணம் செய்துகொண்டேன்.

லீலா: *(கொட்டாவி விடுகிறாள். கண்ணைக் கசக்குகிறாள்.)* சாப்பிடலாம் தாத்தா. மணி பத்தடிக்கப் போறது. எனக்குத் தூக்கம் தூக்கமாக வருகிறது. பாயஸமும் ஆறிப்போயிடும்.

விசுவம்: நம்மால்தான் தவக்கம்.

சிவன்: சாப்பாடு விஷயத்திலே எப்போதும் அத்திம்பேர் தான் முதல்.

லீலா: நான் இன்றைக்குத் தாத்தா பக்கத்தில்தான் உட்காரப் போகிறேன்.

விசாலம்: தாத்தாவால் உன்னோடு தோதகமாட முடி யாது. இப்படி வந்து உட்கார். சாதம் நான் பிசைந்து வைக்கிறேன்.

லீலா: தாத்தா பக்கத்தில்தான் நான் உட்காருவேன்.

சரோஜா: உட்காரட்டும் அம்மா. நான் அவளுக்குச் சாதம் பிசைந்து வைத்துவிட்டு உட்காருகிறேன்.

[எல்லோரும் சாப்பிட உட்காருகிறார் கள். தாத்தா தனியாக உட்கார்ந்திருக்கிறார். அவருக்குப் பக்கத்தில் லீலா உட்காருகிறாள். விசாலம், சிவம், கௌரி எல்லோரும்

இருமருங் கிலும் வரிசையாக உட்காருகின்ற சமையற்காரன் பரிமாறச் சாப்பிட ஆரம்பிக்கிறார்கள்.]

தாத்தா: *விசாலத்தின் ஏற்பாடோ இது! சங்கத்தின் இரு பத்திநாலாவது ஆண்டு நினைவு விழாவை நம்மாத்திலேயும் விருந்தோடு கொண்டாடலாம் என்பது. அதுவும் நல்லதுதான்.*

லீலா: *நான் பாயசத்தைத் தவிர வேறு ஒன்றும் சாப்பிடப் போறதில்லை தாத்தா.*

தாத்தா: *சிவம்! சங்கத்திலே ஏழைகளுக்குச் சாப்பாடும் குழந்தைகள் போட்டிப் பந்தயங்களும், மற்றும் இனாம் அளிப்புகளும் சரிவர நடந்ததா?*

சிவன்: *சரிவர நடக்காமல் என்ன?*

மூர்த்தி: *அந்த நளினி பம்பரம் மாதிரிச் சுறுசுறுப்பாகச் சுற்றிச் சுற்றி வந்து எல்லாவற்றையும் பொறுப்பாக சரியாகத்தான் கவனித்து வந்தாள்.*

சிவன்: *அவளிடம் ஒப்படைத்த எதையுமே அவள் சரி வரச் செய்துவிடுவாள்.*

வேணு: *இந்த வயசிலே இவ்வளவு பொறுப்புத் தெரிந்து நடக்கிற பெண் வேறு ஒன்று உலகிலே இருக்குமா என் பதே சந்தேகம்தான்.*

விசாலம்: *அதுவும் நம்ப சங்கத்து அனாதாஸ்ரமத்திலே அனாதையாக எங்கிருந்தோ வந்து சேர்ந்த ஒரு பெண் படித்துப் பாஸ் பண்ணி வளர்ந்து.... நேற்று நடந்தது போல எனக்கு நன்றாக ஞாபகம் இருக்கிறது. வராட்டு வராட்டு என்று கத்திக்கொண்டு, அது ஒண்ணரை வயசாக இருக்கும்போது, தலையெல்லாம் சடை சடையாகச் சிக்குப் பிடித்து, பாவாடை சட்டையெல்லாம் பேனோட வந்து கிடந்தது நேற்றிக்கி நடந்த மாதிரி எனக்கு ஞாபகம் இருக்கிறது.*

லீலா: *போ அம்மம்மா! எங்க நளினி ஒண்ணும் அப்படி இருந்திருக்க மாட்டாள். பொய் சொல்றே நீ!*

கௌரி: *(விளையாட்டாக) எங்க நளினியாமே, நளினி! அவள் எங்க நளினிதான். உங்க நளினி ஒண்ணும் இல்லை, போ!*

லீலா: *அவளையே கேளேன் சொல்லுவாள். என் நளினி தான் அவள்*

விசுவம்: *(ருசித்து சாப்பிட்டுக்கொண்டு) இன்று ரஸம் பலே ஜோர்.*

சிவன்: *அத்திம்பேருக்கு எப்பவுமே சாப்பாடுதான் பிரதானம்!*

விசாலம்: *எல்லோருக்கும் தெரிந்த விஷயம் தானேடா அது! புதுசா என்ன?*

விசுவம்: *எல்லோருக்கும் தெரிந்த விஷயத்தைத் திருப்பித் திருப்பிச் சொல்லிக் கொண்டிருப்பானேன்?*

வேணு: *இந்தக் காலத்திலே மனுஷ்யன் சாப்பாடு ஒன்றுக்காகத்தானே உயிர் வைத்துக்கொண்டிருக்க வேண்டியதாக இருக்கிறது? வாழ்வில் வேறு என்னத்தைக் காணமுடிகிறது. அவர் அந்த ரஸத்தைத்தான் ரஸித்துச் சாப்பிடட்டுமே! பாவம்!*

தாத்தா: *(ஏதோ பெரியதோர் விஷயத்தை எல்லோரும் கவனித்துத்தான் ஆகவேண்டும் என்று சொல்கிற குரலில்) இன்று பூராவுமே நான் நளினியின் கல்யாணத்தைப் பற்றித்தான் சிந்தித்துக் கொண்டிருந்தேன்.*

விசாலம்: *அவளுக்குக் கல்யாணம் செய்து வைப்பதும் நம் பொறுப்புத்தானே!*

சிவன்: *நம் வீட்டுப் பேர் எத்தனையோ பேருக்குக் கல்யாணம் செய்து வைக்கும் பொறுப்பை ஏற்றுக் கொண்ட தா.......அப்பா, இந்தப் பொறுப்பைப் பற்றி இவ்வளவு சிந்தனை செய்வானேன்?*

கௌரி: *நளினியும் நம் வீட்டுப் பெண் போலத்தானே?*

தாத்தா: பாலா? போடு... வேண்டாம். சர்க்கரை வேண்டாம்.... நான் சொல்வதை முழுவதும் கேளுங்கள். அவளுக்கேற்ற மாப்பிள்ளையையும் தீர்மானித்துவிட்டேன்.

சரோஜா: அதோ பேபியும் வந்துவிட்டாள்....வா, பேபி.

(பேபி அழகி. அலங்காரமாகவே இருக்கிறாள். யுவதி. அவள் முக வாய்க்கட்டை பிடிவாதத்தையும், நெற்றி அறிவையும் காட்டுகிறது. கண்கள் அடிக்கடி சிவன் கண்களைச் சென்று சந்திக்கின்றன.)

தாத்தா: *(தீர்மானமான குரலில்)* வேணுவை அவள் கலியாணம் செய்து கொள்வதுதான் சரி என்று நான் தீர்மானித்து விட்டேன்.

வேணு: *(பதட்டமாக)* நானா? இருபது வருஷங்களாக அண்ணனும் தங்கையுமாகப் பழகிவிட்ட நாங்கள். தவிரவும் என்னை மணக்க அவள் நிச்சயமாகச் சம்மதிக்க மாட்டாள்.

கௌரி: நளினி இதற்குச் சம்மதிக்க மாட்டாள்!

தாத்தா: நீ என்ன சொல்லுகிறாய்?

கௌரி: *(பிடிவாதமாக, அழுத்தமாக)* நளினி சம்மதிக்க மாட்டாள் என்று சொன்னேன்.

தாத்தா: *(கம்பீரமாக)* நான் சொன்னாலும் சம்மதிக்க மாட்டாளா?

கௌரி: அதைப்பற்றித் தெரியாது எனக்கு. படித்தபெண் அவள் - தனக்கு ஏற்ற மணாளனைத் தானாகவே தேடிக்கொள்வாள். இதில் நம்முடைய குறுக்கீடு ஒன்றும் தேவையில்லை என்றே தோன்றுகிறது.

தாத்தா: அவள் எனக்குக் கடமைப்பட்டவள். சொன்னால் மறுத்தோ எதிர்த்தோ சொல்லமாட்டாள்.

பேபி: தாத்தாவுக்குப் பின்னால் *(ஊஞ்சல் பலகையில் உட்கார்ந்து விசையாக ஊஞ்சலை ஆட்டிக்கொண்டே)*

கடமைப்பட்டிருக்கிறாள் என்பதற்காக அவளை நீ கட்டாயப்படுத்த நினைப்பது தவறில்லையா தாத்தா? அவளை விலைக்கே வாங்கி அடிமைப்படுத்திவிட்ட மாதிரி நீ பேசுவது தவறில்லையா தாத்தா.

விசாலம்: *சமயத்துக்கு வந்து சேர்ந்தாயா நீயும்? வா, வா, தாத்தாவுக்கு உனக்கும்தான் பொருத்தமாச்சே!*

தாத்தா: *யாரு பேபியா? பெரிய பெரிய வார்த்தையா இங்கே உருளறதே!*

(திரும்பி ஊஞ்சலாடும் பேபியைப் பார்க்கிறார்.]

பேபி: *உலகத்திலே எல்லாமே நம்மிஷ்டப்படி தான் நடக்க வேண்டும் என்று யாரும் ஆசைப்படக்கூடாது தாத்தா! அது பேராசை!*

தாத்தா: *உனக்குத் தெரிந்த வேதாந்தத்தை விட எனக்குச் சற்று அதிகமாகவே தெரியும் குழந்தை! என் உலகத்தில் எல்லாமே என் இஷ்டப்படி நடக்கவேண்டும் என்று நான் எதிர்பார்க்கலாம். அதில் தவறில்லை.... அதுவும் இந்த விஷயத்தில், நளினி விஷயத்தில் என் இஷ்டப்படி அவள் நடக்கவேண்டும் என்று நான் எதிர்பார்க்கலாம்.*

லீலா: *நீங்கள்ளாம் பேசுங்கோ. நான் இன்னொரு கப் பாயசம் சாப்படறேன்.*

தாத்தா: *நான் எத்தனை கல்யாணங்கள் செய்து வைத் திருக்கிறேன்? இந்தக் கையால் எத்தனை பேருக்கு எத்தனை காரியங்கள் செய்திருக்கிறேன். என் கண்ணால் எனக்குக் கடன்பட்ட எத்தனை பேர் சுகமாக வாழ்வதைக் கண்டு களித்திருக்கிறேன்! என் எழுபத்திமூணு வயதில் நான் யாருக்கும் எவ்விதக் கெடுதியும் செய்ததில்லை. ஊருக்கும், நம் குடும்பத்துக்கும், என்றும் நல்லதேதான் செய்து வந்திருக்கிறேன். அன்பு, அறிவு, அநுபவம் மூன்றிலுமே நான் முதிர்ந்தவன்.*

பேபி: *அதெல்லாம் உண்மையாகவே இருக்கலாம் தாத்தா. ஆனாலும் கல்யாணம் என்கிற இந்தக் காரியத்திலே*

அவரவர்களுக்குத் தனியாக ஒரு மனம் உண்டு என்பதை நீங்களும் ஞாபகம் வைத்துக்கொள்ளத்தான் வேண்டும் தாத்தா.

தாத்தா: *(பிடிவாதமாக) என் அபிப்பிராயத்தையும் இஷ்டத்தையும் மீறித் தனியாகத் தன் மனசுக்கு இடம் தருகிறவர்களை நான் தண்டிக்கவும் தயங்கமாட்டேன்.*

பேபி: *அப்படிச் செய்ய யாருக்கும்-ஏன் உங்களுக்கும் கூடத்தான் - உரிமை எதுவும் இருப்பதாக எனக்குத் தெரியவில்லை.*

தாத்தா: *அவரவர்களுடைய சொந்த அபிப்பிராயங்களை யும் மீறி அவர்களுக்கு நன்மை செய்ய எனக்கு உரிமையுண்டு.*

பேபி: *(ஊஞ்சலை விட்டிறங்கி வந்து தாத்தா முன் நின்று கொண்டு) நீ நல்லது என்று நினைத்துச் செய்வதெல்லாம் நல்லதாகத்தான் இருக்கவேண்டும் என்று ஏதாவது அவசியமுண்டா தாத்தா? நீ நல்லது என்று நினைத்துச் செய்யலாம். அது சம்பந்தப்பட்டவர்கள் வரையில் கெடுதலாக முடியாது என்று யார் சொல்லமுடியும்? கடவுள் உனக்கு ஏதாவது பத்திரம் எழுதிக் கொடுத் திருக்கிறாரோ?*

விசாலம்: *(உஷார்ப்படுத்துகிற குரலில்) பேபி!*

விசுவம்: *அதிகப் பிரசங்கித்தனமாகப் பேசாதே பேபி!*

பேபி: *எது அப்பா அதிகப்பிரசங்கித்தனம்? நான் பேசுவதா? அல்லது தாத்தா சொல்கிற மாதிரி இதுதான் உனக்கு நல்லது, இதைத்தான் நீ செய்ய வேண்டும் என்று பிறரைக் கட்டாயப்படுத்துவதா? எது அதிகப் பிரசங்கித்தனம்?*

விசாலம்: *இது உன் விஷயம் அல்லவே, பேபி - பேசாமல் - தான் இரேன்!*

பேபி: *என் விஷயமாக இல்லாததனால்தான் என்னால் இவ்வளவு தூரம் பேச முடிகிறது. என் விஷயமாக இருந்திருந்தால் இவ்வளவு தூரம் ஓடவிட்டிருப்பீர்களா நீங்கள்? பாபம்! சொந்த விஷயத்தில் அந்தப் பெண் பேச*

முடியாமல் தவிக்கப் போகிறதே என்றுதான் நான் அடித்துப் பேசுகிறேன்.

விசுவம்: *ரொம்ப சமர்த்துத்தான் போ. நீ படித்த படிப் பெல்லாம் இந்த மாதிரிப் பேசத்தான் உனக்கு உதவுகிற தாக்கும்!*

பேபி: *நான் படித்ததற்கெல்லாம் கூடப் பணம் தந்தவர் தாத்தாதான்!*

விசாலம்: *சொந்த சிகரெட் செலவுக்கேதான் உங்கப்பாவிடம் பணம் கிடையாதே!*

பேபி: *தாத்தா! நான் சொல்கிறேன் கேளு. நல்லது கெட்டது என்று நீ சொல்லிக்கொண்டு நளினியின் இஷ்டத்துக்கு விரோதமாக ஏதாவது தீர்மானம் பண்ணி அவளைக் கட்டாயப்படுத்தினால் அது சரியல்ல என்று நான் நிச்சயமாகச் சொல்லுகிறேன். ஆமாம்.*

வேணு: *இவ்வளவு விவாதமும் காரசாரமான பேச்சும் அவசியமேயில்லை. நளினி அந்த ராஜாராமனைக் கல்யாணம் செய்து கொள்வதாக வாக்களித்து விட்டாள்!*

தாத்தா: *(அலக்ஷியமாக) யார் அது, ராஜாராமன்! என்னைக் கேட்காமல், எனக்குத் தெரியாமல், எப்படி அந்த நளினிக்கு யாருக்காவது எதையும் வாக்களிக்கத் தைரியம் வந்தது?*

வேணு: *இதற்கெல்லாம் தைரியம் தானாக வருவதுதான் தாத்தா! அவள் நமக்குக் கடமைப்பட்டவள் என்பதற்காக, நளினியின் வாழ்வை நீ குலைப்பதைப் பார்த்துக் கொண்டு சும்மாயிருக்க நாங்கள் சம்மதிக்க மாட்டோம்.*

தாத்தா: *(ஏளனமாக) நாங்கள் என்றால்.... நீயும் வேறு யாரும்?*

வேணு: *நானும்... (மேலும் சொல்லாமல் தயங்குகிறான்.)*

பேபி: *ஏன் தயங்குகிறாய் வேணு? நளினிக்குத் தன் மனசுக்குகந்த மணாளனைத் தேடியெடுத்துக் கொள்ள உரிமையுண்டு என்பதை நிலைநிறுத்த ஊரே திரண்டு வரும்*

தாத்தா. அதில் ஏதாவது சந்தேகம் இருந்தால் நீ செய்துபார் தெரியும்!

தாத்தா: *நீயே ஊரைக் கூட்டி அமர்க்களப்படுத்துவாயாக்கும்!*

பேபி: *வேண்டுமானால் இத்தனை செய்தேனே என்று அங்கலாய்த்துக்கொள்ளலாம். நன்றி கெட்டவள் என்று நளினியைத் தூற்றலாம். அவள் மனம் கஷ்டப் படும்படி ஏதாவது சொல்லலாம். அவ்வளவுதான்!*

தாத்தா: *என் வீட்டிலேயே பெண் கல்வி இவ்வளவு தூரம் முற்றிவிட்டது என்று எனக்கே தெரியாமல் போய்விட்டது! தெரிந்துகொள்ளாதது மடத்தனம் தான்.*

பேபி: *அதைத்தான் நானும் உங்களுக்குச் சொல்ல விரும்புகிறேன். தாத்தாவுடைய காலம் வேறு; இந்தக் காலம் வேறு. அந்தக் காலத்தில் நடந்த மாதிரியெல்லாம் இந்தக் காலத்தில் நடக்கும் என்று எதிர்பார்ப்பதுதான் தவறு.*

தாத்தா: *என் பெண்களை எல்லாம் விட நான் நளினியிடம் அன்பு வைத்திருக்கிறேன் என்பது எனக்குத் தெரியும். அவளுக்கு நல்லது எது...*

பேபி: *நல்லது, நன்மை யென்று பேசுகிற தாத்தா சற்றே யோசித்துப் பார்த்தாரானால் தெரிந்துவிடும். அவரே சிந்தித்துப் பார்த்துச் சொல்லட்டும். இந்தக் குடும்பத்திலே இங்கு கூடியிருக்கிற எல்லோருக்குமே நல்லது செய்வதாக எண்ணித்தானே தாத்தா இத்தனை நாளும் ஏதேதோ செய்து வந்திருக்கிறார். நல்லது என்று தாத்தா நினைத்தது எத்தனை பேர் விஷயத்திலே கெடுதலாக முடிந்திருக்கிறது என்று தாத்தாவே சிந்தித்துப் பார்த்துச் சொல்லட்டும்.*

தாத்தா: *நான் செய்தது ஏதாவது இந்தக் குடும்பத்தில் யாருக்காவது நல்லதல்லாமல்....*

பேபி: *(சவால் விடுகிற குரலில்) இங்கு எல்லோரும்தான் இருக்கிறோமே! அவரவர்கள் மனச் சாக்ஷிக்கு விரோத மில்லாமல் சொல்லட்டுமே! எத்தனை பேர் விஷயத்தில்*

தாத்தா நல்லது என்று செய்தது பலித்தது என்றுதான் பார்க்கலாமே!

விசாலம்: *(அதட்டலாக) இதென்னடி. பேபி இது!*

பேபி: *எல்லோருடைய மனசிலும் இருப்பது தாத்தாவுக்கும்தான் தெரியட்டுமே அம்மா. உண்மையைக் கண்டு பயந்து ஒளிவது நல்லதல்ல.*

தாத்தா: *சொல்லட்டுமே! நான் செய்ததில் திருப்தியடை யாதவர்கள் வாய் திறந்து சொல்லட்டும். (சிறிது தாமதித்து, யாரும் பதில் சொல்லாததைக் கண்டு) ஒரு வருக்குமே திருப்தி தரும்படியாக நான் ஒன்றுமே செய்ததில்லையா? நிஜம்தானா இது!*

[யாரும் பதில் தரவில்லை. அரை நிமிஷ மௌனத்துக்குப் பிறகு]

சிவன்: *அப்படியில்லை அப்பா! ஓரளவு வரைக்கும்தான் நாம் இந்தக் காலத்தில் பெண்களையும் பிள்ளைகளையும் அடக்கிவைக்க முடியும். சுதந்தரத்தை இழந்தவர்கள் தங்கள் வாழ்க்கை வேறு திருப்பங்களில் திரும்பியிருக்கக் கூடாதா, வேறு வழிகளில் சென்றிருக்கக் கூடாதா என்று எண்ணிப் பார்த்து மனம் புழுங்குவது என்பது இப்பவெல்லாம் சகஜமாகிக் கொண்டிருக்கிறது!*

பேபி: *நான் வயசில் சின்னவள்தான். இருந்தாலும் யோசித்துப் பார்த்து இதுவே சரி என்று நான் ஒரு முடிவுக்கு வரும்போது தாத்தாவும் யோசித்தால் அதே முடிவுக்குத்தானே வர முடியும்?*

தாத்தா: *(தனக்குள் பேசிக்கொள்கிற மாதிரி) என்ன பைத்தியக்காரன் நான்! நல்லது, நன்மை தரும் என்று எண்ணியேதான் நான் இன்றுவரை எல்லாக் காரியங் களையும் செய்துவந்திருக்கிறேன்; அது சில சந்தர்ப்பங்களில் நன்மை பயக்காவிட்டால், அதற்கு நான் எப்படிப் பொறுப்பு? அது என் குற்றமாகுமா?*

சிவன்: *யாரும் உன்னைக் குற்றம் சாட்டவில்லை யப்பா! நல்லதுடன் கெட்டதற்கும் நீயே பொறுப்பேற்றுக்*

கொள்வதை விட, அவரவர்களே இரண்டுக்கும் பொறுப் பேற்றுக்கொள்ளட்டும் என்று நீ விட்டுவிடுவதில் தவறு என்ன?

பேபி: *விஷயம் தெரிந்தவர்கள் தங்கள் தங்கள் காரியத் துக்குத் தாங்களே பொறுப்பேற்பதுதான் நல்லது! நியாயம்!*

லீலா: *கை காயறது தாத்தா! பேபி மனசிலே சிவனை நினைத்துண்டு ராத்திரி பூராவும் பேசிண்டிருப்பாள், தாத்தா. வா நம்ப போகலாம்!*

பேபி: *இந்தாடி லீலா!*

விசுவம்: *பேஷ்! பேஷ்! நளினியின் சுயம்வரத்தைப்பற்றி இப்படிப் பேசுவதற்குக் காரணமில்லாமலா போய்விடும் என்று எண்ணினேன்! பேஷ்! Out of the mouth of babes....*

தாத்தா: *எழுந்திருக்கலாம். கை காயறது. மனசும் காயறது!*

[எல்லோரும் எழுந்திருக்கிறார்கள்.]

விசாலம்: *(தன் கணவனிடம் ரகசியமாக) சிவனுக்கு என்ன குறைவு?*

விசுவம்: *சிவனுக்குக் குறைவு உண்டென்று யார் யாரிடம் சொன்னார்கள். நம்ப பெண் நம்ப ரெண்டு பேரையும் விடக் கெட்டிக்காரி என்று தான் சொல்லிப் பெருமைப் பட்டுக்கொண்டேன். அவ்வளவுதான்.*

[தாத்தா மேடையில் இல்லை. கை அலம்பப் போனவர் மறைவிலிருந்து ஆனால் உரக்க]

விஷயம் இவ்வளவு முற்றிவிட்டதா? இதுவரையில் தெரிய வில்லையே!

[எல்லோரும் போகிறார்கள். சுவர்க் கடிகாரம் மணி பத்தரையடிக்கிறது.]

அங்கம் 3

காட்சி 1

[அதே இரவு: தாத்தாவின் படுக்கை அறை. ஸோபாவும் திண்டும் தீவாஸமாக இருக்கிறது.உயர மின்சார விசிறி சுற்றுகிறது. இனிமையாகக் கடிகாரம் மணி பன்னிரண்டடிக்கிறது.

தாத்தா ஈஸிசேரில் சாய்ந்து வாசிப்பு விளக்கில் ஏதோ புஸ்தகத்தைப் பார்த்துக் கொண்டிருக்கிறார்.

விரல்களைச் சொடுக்கிக்கொண்டே கொட்டாவி விடுகிறார்.]

தாத்தா: *மணி பன்னிரண்டாகிவிட்டதா? அப்பாடி களைப்பாகத்தான் இருக்கிறது. டிக்கென்ஸின் பிக்விக் என்றால் சுவாரசியமாகத்தான் இருக்கிறது. எண்பதாவது தடவையாகப் படிப்பதும் கூடச் சுவாரசியமாகவேதான் இருக்கிறது. இருந்தாலும் நேரமாகி விட்டது. அடையாளம் வைத்து விட்டுப் படுக்க வேண்டியதுதான். இன்னமும் கண் விழித்தால் நாளைக்கு உடம்பு சரியாக இராது. கவனிப்பதற்கு நளினியின் பிரச்னை வேறு பெரிதாக இருக்கிறதே! வயசு எழுபதுக்கு மேலாகிவிட்டாலே உடம்பு தளரத் தான் தளர்ந்துவிடுகிறது. இறுக்கமாகவும் இருக்கிறதே.*

[மின்சார விசிறியை இன்னும் வேக மாக ஓடவிடுகிறார். விளக்கையும் அணைக்கிறார்.]

ம்.... இன்று என்னவோ போல இருக்கிறது. மனசு சரியாக இல்லை. உலகமே அறியாத சிறு பெண் ஏதோ சொல்லப்போக இன்று இரவு எனக்குத் தூக்கமே இல்லாது போய்விடும் போல இருக்கிறது. பைத்தியக்காரத்தனம்? (கொட்டாவி விடுகிறார்.)

யாரோ ராஜாராமனாம்! அவனுக்கு வாக்குக் கொடுத்து விட்டாளாம் இந்த அசட்டுப் பெண்! நன்றாக இருக்கிறதே கதை! படித்துப் பட்டம் வாங்கிக் கொண்டு காலேஜை விட்டு வெளியே வந்து விட்டாலே எல்லாம் தெரிந்த மாதிரித்தான்!

(கை விரலைச் சொடுக்கிக்கொண்டே மறுபடியும் கொட்டாவி விடுகிறார்.)

தேவி, லக்ஷ்மி, பாண்டுரங்கா, காப்பாற்று. அழகாக இருக்கிறாள் - வாலிபப் பருவம். சம்பாதிக்கிறாள். நல்ல குணமுள்ள பெண். எவனாவது வந்து கல்யாணம் பண்ணிக்கொள்கிறேன் என்று சொல்லி ஆசை காட்டி மோசம் பண்ணிவிட்டுப் போய் விடுவான். பிறகு கையைப் பிசைந்துகொண்டு நிற்கும். பிறக்கிற குழந்தையை குப்பைத் தொட்டியில் எறிந்து விட்டுப் போகும்.... பரம்பரைக் குணம்!

தாயே! பாகீரதி! படுக்கை கொள்ளவில்லை. விளக்கைப் போடாமலே ஈஸிசேரில் சாய்ந்து பார்க்கிறேன் கொஞ்ச நேரம். (அப்படியே செய்கிறார்.) அப்பாடி! இருந்தாலும் சிறிசுகளுடன் பேச்சுக் கொடுக்கக்கூடாதுதான். தாய்க்குப் பெண்ணை வளர்க்கத் தெரியவில்லை படிப்பும் சேர்ந்து கொண்டது. அவள் இருந்தாளானால்.... அவள்....

[லேசாகக் குறட்டை விடுகிறார். காட்சி மாறுகிறது. அதே மாளிகை தான். ஆனால் இப்போதிருப்பது போல அவ்வளவு வளம் தெரிய வில்லை. அவள் இருக்கிறாள். ஆனால் படுத்த படுக்கையாக இருக்கிறாள். தாத்தா, விசாலம் மற்றும் வருகிற வர்கள் எல்லாருமே வயது குறைவாகக் காட்சி யளிக்கிறார்கள்.]

விசாலம்: *அப்பா! அப்பா!*

தாத்தா: *என்னம்மா விசாலம்?*

விசாலம்: *அம்மா படுத்த படுக்கையாகி இப்போது இரண்டு மாசத்துக்கும் அதிகமாகிவிட்டதே !*

தாத்தா: *அதற்கென்ன விசாலம்! கவலைப்படாதே நீ! நம்ப வைத்தியர் கண்ணும் கருத்துமாக அவளைக் கவனித்து வருகிறார். நீ கவலைப்படாதே!*

விசாலம்: *உனக்கென்னவோ இந்த சித்த வைத்தியரிடம் அபாரமான நம்பிக்கை இருக்கிறது. எனக்கென்னவோ வேறு ஒரு நல்ல டாக்டரிடம் காண்பித்தால் தேவலை என்று தோன்றுகிறது அப்பா,*

தாத்தா: *அடி அசடே! எனக்குத் தெரியாதா? டாக்டர்களையும் வைத்தியத்தையும் பற்றி உனக்குத் தெரிந்ததை விட எனக்கு அதிகம் தெரியாதா?*

விசாலம்: *தெரியும்! இருந்தாலும்........*

தாத்தா: *உன் அம்மாவுக்கு ஆபத்து என்றால் நான் சும்மா இருந்துவிடுவேனா, சொல்லு.*

விசாலம்: *அதற்குச் செல்லவில்லையப்பா!*

தாத்தா: *நீ கவலையே படாதே விசாலம். நான் உள்ள வரையில் நீ கவலையே படாதே! இந்த வைத்தியம், சித்த வைத்தியம் பலிக்காமல் போய்விடாது. இந்த வைத்தியர் அதுவும் சாதாரண மனிதர் அல்ல. தெய்வப் பிறவி. ஆராய்ச்சியாளர். வைத்தியரும் சாதாரண வைத்தியர் அல்ல. உன் அம்மாவுக்கு வந்திருப்பதும் அப்படி ஒன்றும் பிரமாதமான வியாதியுமில்லை. பயப்படாதே நீ! இன்னும் ஒரு மாதத்தில் பார் -அவள் பழையபடி எழுந்து நடமாட ஆரம்பித்து விடுவாள் பாரேன்.*

விசாலம்: *இன்னொரு டாக்டர் பார்ப்பதும் நல்லதுதானே அப்பா.*

தாத்தா: *எனக்குத் தெரியும் விசாலம்! வைத்தியர் வரும் நேரமாச்சு....*

[சற்று நேரம் கழித்து விசுவம் வரு கிறான். விசாலம் கண் கலங்கி நிற்பதைப் பார்த்து]

விசுவம்: *ஏன் விசாலம் கண் கலங்கி நிற்கிறாய்?*

விசாலம்: *அப்பாவிடம் எப்படிச் சொன்னாலும் காதிலேயே போட்டுக்கொள்ள மாட்டேன் என்கிறாரே!*

விசுவம்: *நீ வருத்தப்படாதே விசாலம்! எனக்குத் தெரிந்த டாக்டர் ஒருவர் மாம்பலத்தில் இருக்கிறார். அவர் எனக்காக, கூப்பிட்டால் வருவார். நல்ல கை ராசிக்காரர் - அழைத்து வரட்டுமா?*

விசாலம்: *அப்பா என்ன சொல்லுவாரோ?*

விசுவம்: *அவசியமானாலொழிய அவருக்குத் தெரியவே வேண்டாமே! அவர் வீட்டில் இல்லாத சமயம் பார்த்து டாக்டரை அழைத்து வருகிறேனே!*

விசாலம்: *அது சரியில்லை.....*

விசுவம்: *சரியில்லைதான். ஆனால் ஆபத்துக்கு என்ன செய்வது? உயிருக்கே ஆபத்து வந்துவிடும் போல இருக்கும்போது என்ன செய்வது, சொல்லேன்.*

விசாலம்: *அப்படி ஒன்றும் நடந்துவிடாது. கடவுள் நம் பக்கம் இருப்பார். ஆனால் ஒன்று. அம்மா மட்டும் இல்லாவிட்டால் இந்தக் குடும்பம் ஒரேயடியாகச் சீரழிந்து போய்விடும். அதற்கப்புறம் அப்பா போகிற போக்குத்தான்.*

விசுவம்: *விதி, கடவுள் என்பதெல்லாம் சரிதான். ஆனால் அதற்காக நாம் செய்யவேண்டியதைச் செய்யாமல் இருக்கலாமா?*

விசாலம்: *இருந்தாலும் அப்பாவுக்குத் தெரியாமல் டாக்டரை அழைத்துவர எனக்கு மனசில்லை.*

விசுவம்: *என் பொறுப்பாக விட்டுவிடேன் அதை!*

விசாலம்: *வேண்டாம்! அப்பாவுக்குத் தெரியாத விஷயமா?*

விசுவம்: *அப்படி நீயும் நினைத்தால் சரிதான். எனக்கொன்றும் ஆக்ஷேபமேயில்லை.*

[ஒரு விநாடி மேடை இருட்டிலே இருக்கிறது. இருட்டுப் பிரிந்து வெளிச்சம் வருமுன் பலர் சேர்ந்து அழும் சப்தம் கேட்கிறது. விசாலத் தின் குரல் பெரிதாக ஒலிக்கிறது.

ஐயோடி யம்மா! எங்களையெல்லாம் இப்படித் தவிக்க விட்டுவிட்டுப் போய்விட்டேயேடியம்மா!

[காட்சி மாறுகிறது. தாத்தா லேசாகக் குறட்டை விடும் சப்தம் கேட்கிறது. மூன்றாவது அங்கத்தின் ஆரம்பக் காட்சிக்கு மாறுகிறது. தாத்தாவின் படுக்கையறை. தாத்தா ஈஸிசேரில் படுத்திருக்கிறார். கடைசியில் இரண்டுதரம் புரளுகிறார். சோம்பல் முறிக்கிறார்.]

தாத்தா: என்ன கெட்ட கனவு இது! அப்பாடி! அப்பாடி! சித்த வைத்திய ஆராய்ச்சியாளனை அவ்வளவு தூரம் நான் நம்பினதே பிசகுதானோ? ம்.....அதைப்பற்றி என்ன இப்போது? அவள் போக வேண்டிய வேளை வந்தது - என்னைத் தவிக்க விட்டுவிட்டுப் போய்விட்டாள். *(கொட்டாவி விடுகிறார்)*

ஈஸிசேரில் படுத்தால் முதுகையும் வலிக்கும்; கனவுகளும் வரும். படுக்கையிலே படுக்கிறேன். நன்றாகத் தூங்க முடியுமா பார்க்கலாம்.... மணியும் ஒண்ணு ஒண்ணரை மணியிருக்கும் போல இருக்கிறதே!....ஹா! நடராஜா! முருகா! பாண்டு ரங்கா! பழனியாண்டி *(மறுபடியும் லேசாகக் குறட்டைச் சப்தம் கேட்கிறது. இரண்டுதரம் புரண்டு படுக்கிறார்.)*

சிவன்: அப்பா! அப்பா!

[காட்சி மாறுகிறது. சிவனும் அவன் அப்பா தாத்தா ராமச்சந்திரனும் பேசிக் கொண்டிருக்கிறார்கள்.]

தாத்தா: என்னடா சிவம்! என்ன பதட்டம் இது!

சிவன்: ஒன்றுமில்லையப்பா! நான் கேள்விப்பட்டேனே அது உண்மைதானா?

தாத்தா: எது?

சிவன்: நம்ப நிலத்தை விற்காமல் இந்தப்பூட்டுக்குச் சமாளிக்க முடியாது போல இருக்கிறதே! அது நிஜம்தானா?

தாத்தா: சமாளித்துக் கொள்ளலாமடா; நீ கவலைப் படாதே!

சிவன்: எதற்காகக் கேட்கிறேன் என்றால்......

தாத்தா: நீ எதற்காகக் கேட்டாலும் சரிதான். எது நல்லது என்று எனக்குத் தெரியும். அதை நடத்தி விடுவேன் கவலைப்படாதே!

சிவன்: செக்கடி நிலத்தை விற்காமல் சமாளிக்க முடியாது என்றால் இப்படியே உடனடியாக விற்றால் ஒரு பத்துப் பதினைந்தாயிரம் கூட விலை போகும். பின்னால் நெருக்கடி யான சமயத்தில் விற்கப் போனால் அது சரியானபடி விலை போகாது. அதற்காகத்தான் சொல்கிறேன்.

தாத்தா: தெரியும் சிவம் எனக்கு. ஆனால் அதை விற்க வேண்டிய அவசியமே இல்லாமல் செய்து விட்டேன் நான்.

சிவன்: எப்படி?

தாத்தா: நீ சின்னப் பையன். உனக்கு இந்த விஷயங்களிலெல்லாம் அனுபவம் போதாது!

சிவன்: உண்மைதான் அப்பா. இருந்தாலும் இந்தத் தொண்ணூறாயிரத்தைச் செக்கடி நிலத்தை விற்காமல் நம்மால் இந்தத் தடவை புரட்ட முடியாது போல இருக்கிறதே!

தாத்தா: நீ இவ்வளவு கவலைப்படுகிறாயே - நான் செய்திருக்கிற ஏற்பாட்டையும் சொல்லி விடுகிறேனே! சிவ ஷண்முகத்தை ஒரு லக்ஷம் கேட்டிருக்கிறேன். இரண்டு வருஷங்களில் சிறுகச் சிறுகத் தந்து விடுவதாக வாக்களித்திருக்கிறேன்.

சிவன்: சிவஷண்முகத்தையா? அவன் கிராதகனாயிற்றே! உன்னை எப்போது கவிழ்க்கலாம். எப்படி என்றுதானே காத்திருப்பான். அவன் சமயத்தில் கை விரித்து விடுவான்.

தாத்தா: நான் கேட்டும் தராமல் இருந்துவிட மாட்டான்.

சிவன்: நான் சொல்கிறேனே என்று கேளு அப்பா - சமயத்தில் அவன் கையை விரித்து விடுவான். முன் கூட்டியே ஜாக்கிரதையாக இருப்பது நல்லது.

தாத்தா: நான் எப்பவும் நல்லதையே நாடித் தாண்டா செய்வேன். நீ நிச்சயமாக நம்பலாம். சிவஷண்முகம் பணம் தராமலிருந்து விட மாட்டான். நம் செக்கடி நிலத்தை விற்க வேண்டியே வராது; பாரேன்.

சிவன்: என்னவோ அப்பா! எனக்கு நம்பிக்கையில்லை.

[ஒரு விநாடி மேடைமேல் யாரு மில்லை. பிறகு தாத்தா ராமச் சந்திரன் தலையில் கை வைத்துக் கொண்டு தனக்குத் தானே பேசிக் கொள்கிறார்:]

சிவம்! இது விஷயத்தில் சின்னவனான உனக்கிருந்த அறிவுகூட எனக்கில்லாமல் போய்விட்டதே! நீ சொன்னபடியேதாண்டா நடந்தது. சிவஷன்முகம் நல்ல சமயம் பார்த்து இரண்டு கைகளையும் பாரபக்ஷ மில்லாமல் ஒரே மாதிரியாக விரித்துத்தான் விட்டான். ரெண்டு மூன்று நாளைக்குள் தொண்ணூறாயிரம் புரட்டுகிற அவசரத்தில், செக்கடி நிலத்துடன், வயலூர் சவுக்குக் காட்டையும் சேர்த்து விற்கத்தான் நேர்ந்தது. சாதாரணமாக லக்ஷம், லக்ஷத்திருபதினாயிரம் போகும். எண்பது எண்பத்திரண்டாயிரம் தான் தேறிற்று. என்ன செய்வது? போனது போனதுதான்! அப்பவே உன் பேச்சைக் கேட்காமல் சிறுவன் சொல்வது என்றும், எனக்குத் தெரியும் என்றும் இருந்தது தவறுதான்!...

(குறட்டைச் சத்தம் லேசாகக் கேட்கிறது. காட்சி மூன்றாம் அங்கத்தின் ஆரம்பத்துக்கு, தாத்தா ராமச்சந்திர னின் படுக்கை அறைக்கு மாறுகிறது. படுக்கையில் தாத்தா புரண்டு படுக்கிறார்.)

தாத்தா: *சீ! இதென்ன! இன்று எப்படிப் படுத்தாலும் தூக்கமே வர மாட்டேன் என்கிறது. தூக்கம் வந்ததே என்று கண்ணை மூடினாலும் பழசும் புதுசுமாக சொப்பனங்களாகவே வந்துகொண்டிருக்கின்றனவே! (கைவிரல் களைச் சொடுக்கிக் கொண்டே கொட்டாவி விடுகிறார்.)*

ராமா! கிருஷ்ணா! மஹாப்ரபோ! பாண்டுரங்கா!... இந்தச் சிறு பெண் ஏதோ சொல்லப் போக, விவரம் தெரியாமல் ஏதோ விவாதம் செய்ய, நான் இப்படித் தூக்கமில்லாமல்

அவஸ்தைப்பட நேர்ந்து விட்டதே! இருந்தாலும் இதை நான் இவ்வளவு 'ஸீரியஸாக' எடுத்துக் கொள்ளக் கூடாது. மணி என்ன?

(எழுந்து விளக்கைப் போட்டுப் பார்க்கிறார்).

மூணடிக்கப் போகிறது. பாக்கிப் பொழுதாவது சரியாகத் தூங்கா விட்டால் சிரமம்தான். (விளக்கை அணைக்கிறார்). கண்ணை மூடினால் என்ன கனவு வருமோ என்று பயமாக இருக்கிறது. என் வாழ்வு பூராவுமே தோல்வி மயமாகத் தானா எனக்கு இன்று தோன்ற வேண்டும்? ஒரு அம்சத்தில் கூடவா நான் யாருக்கும் எந்தவிதத்திலும் நன்மை செய்யாதிருந்திருக்கிறேன். இந்த எழுபத்தி மூன்று வருஷங்களில்....அட கடவுளே! (விரலைச் சொடுக்கிக் கொண்டே மீண்டும் கொட்டாவி விடுகிறார்). இனிமேல் கூப்பிடுவதற்குத் தெய்வங்கள் கூடப் பாக்கியில்லை.

உம்...உம்.... இந்த நளினி அவள் விரும்புகிற ராஜாராம னைத்தான் கட்டிக்கொண்டு எக்கேடு கெட்டுத் தொலை யட்டுமே - எனக்கென்ன வந்தது? எனக்கேன் சாகிற வயதிலே இந்த வம்பெல்லாம்? யாரிடமும் எவ்விதப் பாசமும் வைப்பது தப்பு என்று இதனால்தான் நமது பெரியவர்கள் சொல்லி யிருக்கிறார்கள். அதை அறிந்து கொள்ள நான் எழுபத்தி மூணு வயசு வரையிலும் காத்திருக்க வேண்டியதாக இருந்ததா? உஷ்.......அப்பாடா. (குறட்டை விடுகிற சப்தம். காட்சி மாறுகிறது. ஸரோஜாவும் மூர்த்தியும் தாத்தாவுடன் சண்டை பிடிக் கிற உத்தேசத்துடன் வந்து நிற்கிறார்கள்.)

சரோஜா: பிடிவாதம் பிடித்து, என்னைப் பாழும் கிணற்றில் தள்ளுகிற மாதிரி இவர் கையில் ஒப்புவித்துச் சதி செய்தாயே, தாத்தா!

மூர்த்தி: பேய்க்குப் புடவையைக் கட்டி என்முன் நிறுத்திப் பெண் என்று சொல்லி என்னை ஏமாற்றி விட்டீர் களே, தாத்தா!

சரோஜா: கிளியை வளர்த்துப் பூனை கையில் தந்து விட்டீர்களே, தாத்தா!

மூர்த்தி: *சுதந்தரமாகத் திரிந்துகொண்டிருந்த உல்லாசப் பறவையாகிய என்னைப் பிடித்துக் கூட்டிலடைத்து விட்டீர்களே, தாத்தா!*

சரோஜா: *குரங்குக்குப் பூ மாலையை அன்பளிப்பாகத் தந்து விட்டாயே, தாத்தா!*

மூர்த்தி: *காலிலே நாலு டன் எடையுள்ள இரும்புக் குண்டைக் கட்டிவிட்டு ஓடுடா பயலே என்று விரட்டி வேடிக்கை பார்க்கிறீர்களே, தாத்தா- இது நியாயமா? தர்மமா? முறையே தானா?*

சரோஜா: *நீங்கள் எனக்கு இழைத்துவிட்ட தீங்குக்குத் தெய்வமே தான் பார்த்து உங்களைக் கேட்க வேண்டும், தாத்தா!*

மூர்த்தி: *அதே தெய்வம் உங்களையும் என் சார்பில் கேட்காமல் விடாது, தாத்தா!*

தாத்தா: *மணி மணியாகப் பிள்ளைகளையும் பெண்களையும் பெற்றுக் கொண்டு, ஒரு கவலையுமில்லாமல், என் ஆதரவிலே ஒருவிதமான கஷ்டமுமில்லாமல் வாழ்கிற உங்களுக்கு இப்போது என்ன குறை வந்து விட்டது, சொல்லுங்களேன்.*

மூர்த்தி: *நான் கல்யாணம் என்று செய்துகொண்டேனே அதுதான் மஹாப் பெரிய குறை எனக்கு!*

சரோஜா: *ஒன்றா, இரண்டா, பத்தா, இருபதா? ஒரே மூச்சில் சொல்லி அழு!*

மூர்த்தி: *அடாடா! ஏழேழு ஜன்மத்துக்கும் போறுமையா, நான் வாழும் இந்த வைபோகம்!*

சரோஜா: *கல் என்றால், புல் என்றால், மதிக்கலாம். கல்லுமல்லாத, புல்லுமல்லாத புருஷனை என்னவென்று மதிப்பது? மனிதனா அவர்! அல்லவே அல்ல. மிருகம் அதுவும் இந்தக் காலத்து மிருகங்கள்கூட அல்ல. சரித்திர காலத்துக்கு முற்பட்ட காலத்து ஆதி மிருகம் அது.*

மூர்த்தி: *பெண்ணென் றெண்ணிப் பண்ணிக் கொண் டேனே, அது பேய், தாத்தா, பேய். அதுவும் விக்கிர மாதித்தன் காலத்துக்கு முந்திய காலத்துப் பேய்! தெரிகிறதா, தாத்தா!*

சரோஜா: *வெளியே யாராவது ஐயாவை ஏதாவது சொல்லிவிட்டால் போதும். வீட்டிலே மஹா பாரத யுத்தம்தான். அந்த யுத்தம் பதினெட்டு நாட்கள் தானே நடந்தது- இந்த யுத்தம் பதினெட்டு வருஷங்களாக நடக்கிறது - முடிவே யில்லாத யுத்தம்.*

மூர்த்தி: *பதினெட்டுவருஷங்களா? பதினெட்டு யுகங்கள் என்று சொல்லு...*

சரோஜா: *(அழுகை ததும்பும் குரலில் காபி ஆறிப் போய்விட்டது என்று அவர் விசிறி எறிகிற பாத்திரங்களும், கண்ணாடி சாமான்களும் இத்தனை யென்று தினம் ஒரு சித்திராபுத்திரன் வந்துதான் கணக்கெழுத வேண்டும். அதுவும் எல்லாம் என் பிறந்தகத்துப் பாத்திரங்கள். உன் காசு போட்டு வாங்கின பாத்திரங்கள், தாத்தா.*

மூர்த்தி: *வீட்டிலே அழுமூஞ்சியை வைத்துக்கொண்டு பாத்திரங்களை உடைக்காமல் வேறு என்னதான் செய்வதாம்!*

சரோஜா: *இவரைத்தான் நான் கல்யாணம் செய்து கொண்டு ஆகவேண்டும் என்று கட்டாயப்படுத்தினாயே தாத்தா - எனக்கு வாழ்வில் ஒரு துளியாவது சந்தோஷமுண்டா? (விசும்பி விசும்பி அழுகிறாள்).*

தாத்தா: *உனக்கு நல்லது என்று நான் எண்ணியதைத் தானே அம்மா நான் செய்தேன்.*

சரோஜா: *நல்ல நல்லதுதான் செய்தே,தாத்தா (விம்முகிறாள்).*

தாத்தா: *அழாதேயம்மா அழாதே! என் கண்ணான பேத்தி கண் நிறைந்த கணவனுடன் கண்யமாக வாழ வேண்டும் என்றுதான் நான் இந்தக் கல்யாணத்தை நடத்தி வைத்தேன். இவன் இப்படி யாவான் என்று எனக்கு எப்படியம்மா தெரியும்?*

மூர்த்தி: *இவளைக் கட்டிக் கொள்பவன் இப்படி யாகாமல் வேறு எப்படி யாவான் என்று எதிர்பார்த்தீர்கள் தாத்தா!*

தாத்தா: *அப்போது அவன் நல்லவனாக, அழகனாக, படித்தவனாக, அடக்கமுள்ளவனாகத்தானே யம்மா இருந்தான்?*

சரோஜா: *வெறும் வேஷம் தாத்தா! வெறும் ஏமாற்று வேஷம்!*

மூர்த்தி: *உங்கள் பேத்தியைப் போல ஒரு பெண்ணை - அட சை! பெண்ணை என்றா சொன்னேன்?- பேயைக் கட்டிக் கொண்டவன், எவ்வளவு நல்லவனாக இருந்தால் தான் என்ன? ஒரு வருஷத்தில் நான் வந்த கதிக்கு வந்துவிடமாட்டானா? நீங்களே சொல்லுங்கள்!தாத்தா!*

சரோஜா: *இதெல்லாம் போதாது என்று கண்ட பெண்களுடன் பழக்கம். ஸீஸனுக்கு ஸீஸன் குதிரைப் பந்தய மோஹம் - நாள் தவறாமல் மாமனார் பணத்தைப் போட்டுச் சீட்டாட்டம்.... சிவ சிவா! ஆயிரம் நாப் படைத்த அந்த ஆதிசேஷனாலேயும் சொல்லி மாளாது தாத்தா! நான் படும் அவஸ்தையைச் சொல்லி மாளாது தாத்தா; சொல்லி மாளாது! விம்முகிறாள்,கேவுகிறாள்).*

மூர்த்தி: *என் கிரஹதர்மிணியை மறக்கக் குதிரைப் பந்தயமும், சீட்டாட்டமும், குடியும் கூடப் போதாதே, தாத்தா - போதாதே! நான் என்ன செய்ய!*

சரோஜா: *அந்த டென்னிஸ் சாம்பியன் ராமமூர்த்தியை மணக்க நான் ஆசைப்பட்டேனே தாத்தா - ஞபகமிருக்கா? லஜ்ஜையை விட்டுவிட்டு அம்மாவிடம் சொல்லி உங்களிடம் சொல்லக் கூடச் சொன்னேன்....அவரை மட்டும் நான் கல்யாணம் செய்துகொண்டிருந்தால் என் வாழ்க்கை எவ்வளவு சிறப்பாக இருக்கும்? உம்....(பெரு மூச்சு விடுகிறாள்.)*

மூர்த்தி: *நானும்தான் என் ஆசை அத்தங்காளைக் கட்டிக் கொள்ள வேண்டுமென்று ஆசைப்பட்டுக் கொண்டிருந்தேன்.*

சரோஜா: *யார் வேண்டாமின்னது? என் வாழ்வும் குலையாதிருந்திருக்குமே! இவ்வளவு கஷ்டமும் எனக்கு விளைந்திராதே!*

மூர்த்தி: *தாத்தாதான் எங்கப்பாவுக்குப் பணத்தாசை காட்டி மதியிழக்கச் செய்துவிட்டார். என்னைப் பணத்துக்கு விற்று விட்டார் எங்கப்பா, உன் தாத்தாவிடம் - வேறு என்ன? பணத்துக்கு வாங்கின புருஷன் வேறு எப்படி யிருப்பான்? உனக்கு வேண்டும். இதுவும் வேண்டும் - இன்னமும் வேண்டும். என் அத்தங்காளைக் கட்டிக் கொண்டவன் அழகாக, ஆபீஸராக, டெல்லியிலே அவளையும் வைத்துக்கொண்டு குடித்தனம் பண்ணுகிறான்.*

சரோஜா: *(ஏளனமாக) போதுமே உங்க அத்தங்காள் பிரதாபம்!*

மூர்த்தி: *மாமனார் வீட்டிலேயே தங்கிவிட்ட மாப்பிள்ளைக்கு மாப்பிள்ளையாக நான் காலங் கடத்துகிறேன் ஒரு பிசாசைக் கட்டிக்கொண்டு. அதற்கு யார் காரணம்?*

சரோஜா: *கேட்பானேன்; தாத்தாதான்!*

தாத்தா: *உங்களனைவருக்குமே நல்லது செய்ய வேண்டுமென்று தான் நான் விரும்பினேன்.*

மூர்த்தி: *நீர் விரும்பியதென்னவானால் என்ன? நடந்து விட்டது என்னவோ இதுதான். நான் நரகத்தில் விழுந்து அவஸ்தைப்பட்டுக் கொண்டிருக்கிறேன். சொல்லவும் முடியாமல், மெல்லவும் முடியாமல்....*

சரோஜா: *நான் மட்டும் என்னவாம்? நானும் நரகத்தில் தான் கிடந்து உழலுகிறேன். தன் திருப்திக்காக என் வாழ்வையே கெடுத்து விட்டார் தாத்தா.*

தாத்தா: *(திடுக்கிட்டு) - நானா? நானா?*

சரோஜா: *நீயேதான் தாத்தா.*

மூர்த்தி: *நீங்களேதான் தாத்தா!*

சரோஜா, மூர்த்தி (இருவரும் ஒருமிக்க) : எங்களைப் பற்றிய வரையில் நீ நல்லது அல்ல - கெடுதியே செய்து விட்டாய்!

தாத்தா: *நானா? நானா?*

சரோஜா, மூர்த்தி (இருவரும்) நீதான்! நீயேதான்! பேபி *(திடுதிடுப்பென்று அங்கு தோன்றி கை கொட்டிக் கொண்டு ஏளனமாய்) - நல்லவர்! நல்லவர்! நல்லவரைப் பாரு!*

[காட்சி மாறுகிறது. மூன்றாவது அங்கத்தின் ஆரம்பக் காட்சிக்கு மாறுகிறது தாத்தா ராமச்சந்திர னின் படுக்கையறை.]

[தாத்தா தூக்கத்தில் புரண்டு புரண்டு படுத்து முனகுகிறார் குழப்பமாகத் தெளிவில்லாத வார்த்தைகளாக,]

நல்லவர்! நல்லவர்; இந்த நல்லவரைப் பாரு!

[பொழுது விடியப் போகிற சமயம், தோட்டத்தில் பல பக்ஷி ஜாலங்கள் குரல் தருகின்றன. ஒரு காக்காய் விடாது கரைகிறது. லீலா தடதட வென்று ஓடி வருகிறாள். தாத்தா கட்டிலில் வந்து விழுந்து புரண்டு அவரை எழுப்புகிறாள்.]

லீலா: *என்ன தாத்தா, நீ பாட்டுக்குத் தூக்கத்திலே ஏதோ பேத்திக் கொண்டிருக்கே! நகர்ந்து படுத்துக்கோ, தாத்தா, நானும் உன் கிட்டப் படுத்துக்கறேன். அதோ காக்கா கத்தறது பார்! பொழுது விடியப்போறது. கோழி கூவறச்சே விழித்துக்கொண்டுவிட்டேன் நான்,*

தாத்தா: *(நகர்ந்து லீலாவுக்கு இடம் தந்துவிட்டு) ஏன் லீலா - நீயே சொல்லு லீலா, நான் நல்லவனா இல்லையா? சொல்லு.*

லீலா: *ஆமாம் தாத்தா, நீ நல்லவன்தான்.*

தாத்தா: *(திருப்தியுடன்) அப்படி நீ ஒருத்தியாவது சொல்லுடி என் கண்ணே! நீ கூட அதை நம்பல்லேன்னால் என்ன பண்றது என்று தான் எனக்குத் தெரியவில்லை.*

லீலா: *(தாத்தாவை ஒட்டிப் படுத்துக்கொண்டு) உலகத்திலே எல்லோருமே நல்லவாதான் தாத்தா.*

தாத்தா: *ஹூம் நான் நம்பமாட்டேன்.உம்... நிஜமாவா?*

லீலா: *உலகத்திலே எத்தனை பேர் நல்லவா இருக்கா, தெரியுமோ?*

தாத்தா: *உனக்குத் தெரிஞ்சா சொல்லு*

லீலா: *தாத்தா!தாத்தா!நம்ப நளினியைக் கல்யாணம் பண்ணிக்கொள்ளப் போகிற ராஜாராமன் கூட நல்லவன் தான் தாத்தா! எனக்கு அவனை ரொம்பவும் பிடிச்சிருக்கு தாத்தா!*

தாத்தா: *அந்த ராஜாராமனைத்தான் அவள் கல்யாணம் பண்ணிக்கப் போறாள் என்று நீயே நிச்சயம் பண்ணி விட்டாயா லீலா?*

லீலா: *அவளேதான் நிச்சயம் பண்ணிவிட்டாளே தாத்தா! பின் அதிலென்ன தாத்தா சந்தேகம்!*

தாத்தா: *பேபிக்குத் தங்கைதானே நீ?*

லீலா: *பேபி யாரைக் கலியாணம் பண்ணிக்கப்போறாளாம் தெரியுமோ?*

தாத்தா: *தெரியாதே, சொல்லு. யாரை?*

லீலா: *மாமரத் தாத்தா, சிவனைக் கல்யாணம் பண்ணிக் கொள்ளப்போறாளாம் அவள்,*

தாத்தா: *(ஆச்சரியத்துடன்) சிவனையா?*

லீலா: *என்ன சொல்றே தாத்தா நீ?*

தாத்தா: *என்ன சொல்லுவது என்றுதான் தெரியவில்லை!*

லீலா: *நீ ஒண்ணுமே சொல்ல வேண்டாம் தாத்தா. அது தான் நல்லது!*

தாத்தா: *(குறை தொனிக்க)* பேச வாயைத் திறந்தால் தான் சின்னதும் பெரிசுமா வாயிலே போடறதுகளே! அது சரி, லீலா, நீ யாரைக் கல்யாணம் பண்ணிக்கப் போறே!

லீலா: *(சற்று நேரம் யோசித்துவிட்டு)* நானா? நான் இன்னும் யோசனை பண்ணி ஒரு முடிவுக்கும் வரவில்லை தாத்தா? மத்தியானம் ஒரு முடிவாகச் சொல்றேன் தாத்தா.

[கடிகாரம் மணி அடிக்கிறது.]

தாத்தா: சரி.

லீலா: காபி சாப்பிட முழிச்சுக்கலாம்! இப்பத் தூங்கு தாத்தா! எனக்கும் தூக்கம் வரது.

[இருவரும் படுத்து உறங்குகின்றனர்.]

அங்கம் 4

காட்சி 1

[தாத்தா ராமச்சந்திரனின் மாளிகையின் முன்னறை. பாராட்டுக் கூட்டத்துக்கு மறுநாள் காலை முன்னறையில் ஸோபா ஸெட்டுகளும் ஜன்னல் திரைகளும் பூந்தொட்டிகளும் அலங்காரமாக இருக்கின்றன. ஒரு மூலையில் ஒரு அலமாரியில் அழகாக ஒரு நூறு புஸ்தகங்கள் அடுக்கி வைக்கப்பட்டிருக் கின்றன.

தன் நீண்ட கூந்தலைப் பின்னிக்கொண்டே ஜன்னல் வழியாகத் தோட்டத்துக்குள் பார்த்துக் கொண்டிருக்கிறாள் பேபி. கை பின்ன, மனம் சிந்தனையில் ஊசலாட, வாய் ஒரு சினிமாப் பாட்டை முணுமுணுக்க நின்றுகொண்டிருக்கிறாள் பேபி.

உள்ளேயிருந்து வந்த சிவன் ஒரு நிமிஷம் அவளையே பார்த்துக்கொண்டு நிற்கிறான்.

சிவன்: பார்த்துக்கொண்டே ஒரு கல்பகாலம் இருக்கலாம்.

[திடுக்கிட்டவளாகப் பேபி திரும்புகிறாள். பிறகு சமாளித்துக் கொண்டு பின்னலைத் திருத்திவிட்டுக் கொண்டு சிவனைப் பார்த்தபடி ஒய்யாரமாக ஜன்னலில் சாய்ந்து நிற்கிறாள்.]

சிவன்: இப்படி ஒரு கல்பகாலம் பார்த்துக்கொண்டே யிருக்கலாம்.

பேபி: இரண்டு கல்பகாலம் ஆன பிறகு என்ன செய்வதாம்!

சிவன்: அது சரி. நேற்று ராத்திரி என்ன தாத்தாவை அப்படி வெளுத்துக் கட்டிவிட்டே!

பேபி: பின்னே என்ன? எப்பொழுதாவது யாராவது தைரியமாகச் சொல்லவேண்டியதுதானே! விஷயத்தை மூடி வைத்து என்ன லாபம்!

சிவன்: அது சரி, பேபி! இருந்தாலும் நமக்கேன் இந்தப் பொல்லாப்பு என்று தான் எல்லோரும் ஒதுங்கிப் போவார்கள்!

பேபி: ஒதுங்கிப் போய்க்கொண்டே யிருந்தால் நம் விஷயம் என்று வரும்போதும் தோல்வியடைய வேண்டியது தானே.

சிவன்: அப்பா எவ்வளவு பிடிவாதக்காரரோ அவ்வளவு பிடிவாதக்காரனில்லையா நானும். நம் விஷயத்தில் இன்னும் தெளிவாகச் சண்டை போட்டிருக்கலாம்....

பேபி: அதென்ன அப்படி? நளினி மட்டும் என்ன பாவம் பண்ணினாளாம்! அவள் எப்படியாவது போகட்டும்- நாம் மட்டும் நன்றாக இருந்தால் போதும் என்று நாம் நினைக்கலாமா? அது சரியா?

சிவன்: என்னையே மடக்க ஆரம்பித்து விடுகிறாயே! அப்படிச் சொன்னேனோ நான்? தன் விஷயத்தை நளினியால் இன்னும் நன்றாகவே சமாளித்துக்கொள்ள முடியும் என்றுதான் நான் நினைத்தேன்.

பேபி: அதென்னவோ - இப்படியே தாத்தா இஷ்டப்படி எல்லாவற்றையும் போகவிட்டுக் கொண்டிருந்தாலும் தான் அதற்கென்ன முடிவு?

சிவன்: இருந்தாலும் நம்ப விஷயம் வியவகாரத்துக்கு வரும்போது நாம் இந்தச் சண்டையை போட்டிருக்கலாம் என்றுதான் நான் நினைக்கிறேன்.

பேபி: இந்தப் புருஷர்களுக்கு ஒன்றுமே தெரிவதில்லை நம் விஷயமும் இப்போது விவாதத்துக்கு வந்துவிட வில்லை என்று நீ எண்ணிக்கொண்டிருக்கிறாயா?

சிவன்: சந்தடி சாக்கிலே லீலா நம்ம குட்டையும்தான் போட்டு உடைத்துவிட்டாளே!

பேபி: *எல்லாம் தன்னிஷ்டப்படியேதான் நடக்க வேண்டும் என்று உத்தரவு போடுகிற குரலில் தாத்தா பேச ஆரம்பித்தது தான் எனக்குக் கோபம் வந்தது.*

சிவன்: *தன் குடும்பத்தாரைப் பற்றிய வரையிலாவது சரி தான். நளினியையும் தன்னால் கட்டாயப்படுத்த ஓரளவு முடியும் என்று அப்பா சொன்னபோது, என்னால்....*

பேபி: *அதுதான் ஆண்பிள்ளைச் சிங்கம் மாதிரி வாயை மூடிக்கொண்டு, நடப்பது நடக்கட்டும் என்று பேசாதிருந்து விட்டாயாக்கும்!*

சிவன்: *நளினிக்கு வக்காலத்து வாங்கிக்கொண்டு பேச நீ இருக்கும்போது, நான் எதற்காகக் குறுக்கிட வேண் டும் என்று தான் பேசாதிருந்தேன் என்று வைத்துக் கொள்ளேன்.*

பேபி: *சமயம் அறிந்து ஒதுங்கிக் கொள்கிற ஆண்பிள்ளைகள் அதிருஷ்டசாலிகள்தான்.... அதிருக்கட்டும். காலையில் எட்டு மணிக்கு நளினியை வரச் சொல்லச் சொன்னாரே- சொல்லி விட்டாயா?*

சிவன்: *சொல்லிவிட்டேன். நளினி மட்டும் தனியாக வரமாட்டாள்!*

பேபி: *வேறு யாரைத் துணைக்கு அழைத்துக்கொண்டு வரப் போகிறாள்?*

சிவன்: *அந்த ராஜராமனையும் தன்னுடன் அழைத்துக் கொண்டு வருவதாக அவள் சொன்னாள்.*

பேபி: *நீ சொன்னாயா?*

சிவன்: *அதெல்லாம் ஒன்றுமே நான் சொல்லவில்லை. அவளாகவேதான் இந்தச் சந்தர்ப்பத்தில், தாத்தா வேறு எதுவும் முடிவாகச் செய்து விடுமுன், விஷயத்தை அவருக்குத் தெரிவித்து அனுமதி பெற்றுவிட வேண்டும் என்று விரும்புவதாகச் சொன்னாள். என் யோசனை ஒன்றும் இல்லை இதிலே!*

பேபி: *அதுவும் நல்லதுதான் என்று தோன்றுகிறது எனக்கு.*

(தடதடவென்று ஓடி வருகிறாள் லீலா.)

பேபி: *என்ன அவசரம் கொள்ளை போகிறது? கண் மண் தெரியாமல் ஏன் இப்படி ஓடி வருகிறாய்? லீலா!*

லீலா: *தாத்தா கார்த்தாலை முதல் இது வரையில் எட்டுத் தடவை என்னைக் கேட்டுவிட்டார்.*

பேபி: *என்னடி கேட்டார்?*

லீலா: *(தாத்தா பேசுகிற மாதிரியே பேசுகிறாள்): "லீலா நீயே சொல்லு; நான் நல்லவனா இல்லையா, சொல்லு."*

சிவன்: *அடி போக்கிரி!*

பேபி: *நீ என்னடி பதில் சொன்னே அதற்கு?*

லீலா: *உலகத்திலே எல்லோருமே நல்லவாதான்னு பதில் சொன்னேன், பேபி.*

சிவன்: *பொல்லாத குட்டிதான் இது!*

பேபி: *இந்தப் பதில் நிச்சயமாகத் தாத்தாவுக்குத் திருப்தி அளித்திராது!*

சிவன்: *இன்னமும் தா........அப்பா நளினியும் ராஜாராமனும் கலியாணம் செய்துகொள்வதற்குச் சுலபத்தில் சம்மதித்து விடுவார் என்று எனக்குத் தோன்றவில்லை.* **பே**

பி: *(பிடிவாதமாக) தாத்தா சம்மதிக்கிறாரோ இல்லையோ, அந்தக் கல்யாணத்தை நடத்தி வைத்து விடுவது நம் பொறுப்பு!*

சிவன்: *அப்படி ஒன்றும் சுலபமாக நிறைவேறிவிடக் கூடிய காரியம் அல்ல அது என்றுதான் எனக்குத் தோன்றுகிறது.*

பேபி: *ஆண்பிள்ளைகளே பயந்தாங்கொள்ளிகள்தான்!*

சிவன்: *ஆண்பிள்ளைகள் தைரியசாலிகளாக இருந்த காலம் போய் விட்டது; அதற்கென்ன செய்வது?*

பேபி: *எதுவும் பிரமாதமாக ஆர்ப்பாட்டம் செய்ய நேரிடாது. தாத்தா - நம்ப தாத்தா உண்மையிலேயே நல்லவர்தான். தானாகவே இந்த விஷயம் பற்றிச் சிந்தித்துப் பார்க்க அவர் தெம்பில்லாமல் இருந்துவிட்டார். இப்போது நான் தெளிவாக, அழுத்தமாகச் சொன்ன பிறகு. தன் மனோபாவத்தை மாற்றிக் கொண்டிருப்பார் என்றுதான் எனக்குத் தோன்றுகிறது.*

சிவன்: *எழுபது வருஷத்துப் பழக்கம் அவ்வளவு சுலபத்தில்*

பேபி: *அப்படியானால் இன்னும் கொஞ்சம் அடித்து உறைக்கும்படியாகச் சொல்ல வேண்டியதுதான்!*

லீலா: *அம்மம்மா வராள்!*

[விசாலம் சமையலறைப் பக்கத்துக் கதவு வழியாக உள்ளே வருகிறாள்.]

விசாலம்: *என்னடியம்மா சதியாலோசனை அதிகாலையிலேயே ஆரம்பமாகிவிட்டது?*

பேபி: *நான் என்ன அப்படிச் சதிகாரியோ? இந்த வீட்டில் உள்ள மற்றவர்களைப் போலப் பயந்து ஒதுங்கி ஒதுங்கி அவஸ்தைப்படுவதற்குப் பதில் இனி வருகிற தலைமுறைகளாவது சந்தோஷமாக இருக்கட்டுமே என்கிற நினைப்பில் நினைப்பதைச் சொல்லிவிட்டேன்....*

சிவன்: *சதியாலோசனையில் முதல் ஐட்டமாக நானும் பேபியும் உனக்கு நமஸ்காரம் பண்ணப் போகிறோம்!*

விசாலம்: *பண்ணேன். கிழக்கு முகமாக இப்படிப் பண்ணுங்கள்.*

[சிவனும் பேபியும் நமஸ்காரம் பண்ணுகிறார்கள்.]

கல்யாணத்தைப் பண்ணிண்டு பேரும் புகழுமாக, ஏழெட்டுப் பெண்ணும் பிள்ளையுமாகச் சந்தோஷமாக இருங்கள்.

லீலா: *அம்மம்மாவுக்கு அழுகையே வந்துவிட்டது!*

விசாலம்: *அழுகையில்லையடா அது கண்ணா!*

பேபி: *தன்னிஷ்டப்படியே எல்லாம் நடக்கவில்லையே என்று தாத்தாவுக்கு முதலில் வருத்தமாக இருந்தாலும் கூட, பிறகு சரிப்பட்டுப் போய்விடும்!*

[மூர்த்தி உள்ளே வந்து சதியாலோ சனையில் கலந்து கொள்கிறார்.]

மூர்த்தி: *எங்களையெல்லாம் போலில்லாமல், முதலில் வருத்தப்பட்டுப் பிறகு சந்தோஷமடைவது எவ்வளவோ மேல்.*

[கடிகாரம் மணி எட்டடிக்கிறது.]

லீலா: *நான் யாரைக் கலியாணம் பண்ணிக்கப் போகிறேன் என்று மத்தியானத்துக்கு மேல் தாத்தாவுக்குச் சொல்வதாக நான் சொல்லி யிருக்கிறேன்.*

பேபி: *அடியம்மா! பெரிய பிரச்னை தான் !.... அதோ நளினியும் ராஜாராமனும் வந்துவிட்டார்கள்.*

மூர்த்தி: *(அவனையே பார்த்துக்கொண்டு) யார் அது ராஜாராமன்? நளினியின் சாய்ஸா? முகம் களையாக இருக்கிறது. பொருத்தமான ஜோடிதான்!*

விசாலம்: *(சிவனைப் பார்த்து) இரண்டு பேரையும் சேர்த்து நீதான் வரவழைத்திருக்கிறாய் என்று அப்பா இப்போ உன்னைக் கோபித்துக் கொள்ளப் போகிறார்*

பேபி: *கோபித்துக் கொள்ளட்டுமே அம்மம்மா! அதனால் என்ன? உண்மையில் சிவனுக்கும் அதற்கும் எவ்வித சம்பந்தமும் இல்லையென்று அறிந்ததும், தானே கோபம் சரியாகப் போய் விடுகிறது!*

(நளினியும் ராஜாராமனும் தோட்டத் துக்குப் போகும் கதவு வழியாக உள்ளே வருகின்றனர். அங்கிருப்பவர்களுக்கு வணக்கம் சொல்லு கின்றனர்.)

சிவன்: நமஸ்காரம் ராஜாராமன். வா நளினி.

பேபி: நமஸ்தே, நளினி. நமஸ்தே, ராஜாராமன்.

ராஜாராமன்: முதலில் நீ போய்த் தாத்தாவைப் பார்த்து விட்டு வந்துவிடு, நளினி.

லீலா: ஆமாம் நளினி. நானும் உன்னோடு வரேன். தாத்தா கொஞ்சம் கோபமாகத்தான் இருக்கா. நான் வந்து சொன்னால் சரியாகப் போயிடும்!

நளினி: வா, லீலா, போகலாம்.

[லீலாவும் நளினியும் போகிறார்கள், தாத்தா ராமச்சந்திரன் இருக்கும் அறைப் பக்கம்.]

சிவன்: உங்கள் உத்தியோக அப்பாயிண்ட்மெண்டு ஆர்டர் வந்துவிட்டது என்றீர்களே!

ராஜாராமன்: ஆமாம். நேற்றுத்தான் வந்தது.

சிவன்: எப்போது போய்ச் சேரவேண்டும்?

ராஜாராமன்: அடுத்த மாதம் பதினைந்து தேதிக்கு.

சிவன்: டையம் போதுமானது இருக்கிறது. கல்யாணத்தை எல்லாம் ஒரு நல்ல நாள் பார்த்து முடித்துக் கொண்டு, நளினியையும் உடன் அழைத்துப் போக....

ராஜாராமன்: (கவலையுடன்) என்ன மிஸ்டர். சிவன், எனக்கு இதுதான் மிகவும் கவலையாக இருக்கிறது. நளினிக்கு நான் தகுதியற்றவன் என்று தாத்தா ஏதாவது ஆக்ஷேபம் சொல்லப் போகிறாரே என்றுதான் எனக்குப் பயமாக இருக்கிறது.

பேபி: *(தானாக வந்து பேச்சில் கலந்து கொள்ளுகிறாள், ராஜாராமனின் கூச்சத்தையும் பொருட்படுத்தாமல்).* நளினியின் விருப்பத்துக்கு விரோதமாகத் தாத்தா ஒன்றும் சொல்ல மாட்டார். நீங்கள் பயப்பட வேண்டி யதேயில்லை.

விசாலம்: எங்களையெல்லாம் விடக்கூட என் அப்பாவுக்கு. நளினியிடம் விசேஷ ப்ரியம் உண்டு. ஆரம்ப காலத்தில் அதைப்பற்றி எண்ணி நான்கூட ஆத்திரப்பட்டதுண்டு!

பேபி: நளினியிடம் அதிக நாள் யாரும் ஆத்திரம் வைத்துக் கொள்ள முடியாது என்பது நிச்சயம்!

ராஜாராமன்: எனக்குத்தான் பயம்! நளினியைப் பற்றித் தாத்தா மனசில் வேறு ஏதாவது திட்டங்கள் வைத்துக் கொண்டிருந்தாரானால்

மூர்த்தி: இவ்வளவு தூரம் செய்தவராயிற்றே. அவர் மனசில் நளினியைப் பற்றி ஒரு திட்டம் இல்லாமல் இருக்கும் என்று நீங்கள் எதிர்பார்க்கலாமா?

ராஜாராமன்: *(தயக்கத்துடன்)* இரண்டு மாதங்களுக்கு முன் நளினி என்னை மணக்கச் சம்மதம் தெரிவித்த போது, நான் சொன்னேன் - உடனடியாகத் தாத்தாவிடம் இது விஷயத்தைச் சொல்லி விடலாம் என்று. நளினிதான், பின்னர் உரிய காலத்தில் சொல்லலாம் என்று தடுத்துவிட்டாள்.

பேபி: *(பெருமையாக)* எங்கள் நளினி புத்திசாலிதான்.

சிவன்: இது உரிய காலம்தான். விஷயத்தைச் சொல்வதற்கு இது சரியான சமயம்தான்.

பேபி: தாத்தாவுக்கு என்ன ஆக்ஷேபம் இருக்கக்கூடும்?

விசாலம்: நளினி கலியாணம் செய்துகொண்டு டெல்லி என்று கிளம்பி விட்டால் இங்கு வேலைகளுக்குச் சிரமப் படுமே என்று வேண்டுமானால் அப்பா ஆக்ஷேபம் சொல்லாம்!

சிவன்: ஆமாம். என்னதான் சொன்னாலும் சங்கத்தின்

*வேலைகளை நளினி மாதிரி செய்வதற்கு தா..........
அப்பாவுக்கு வேறு ஆசாமி கிடைப்பது துர்லபம்தான்!*

மூர்த்தி: *தானே தன் சொந்த அனுபவத்தில் இந்த மாதிரி சபைகளின் அவசியத்தை உணர்ந்து மலர்ந்தவள் அல்லவா?*

பேபி: *அதற்காக அவள் கல்யாணமே செய்துகொள்ளக் கூடாது, தாத்தா பக்கத்திலிருந்து நகரவே கூடாது என்று தடை விதிக்க முடியுமா என்ன?*

சிவன்: *அப்படிச் சொல்ல யாருக்கும் அதிகாரம் கிடையாது.*

விசாலம்: *உங்க தாத்தா அப்படி ஒரு நாளும் சொல்ல மாட்டாரே.*

பேபி: *அதோ அடுத்த அறையில் தாத்தாவும் நளினியும் பேசிக்கொண்டிருக்கிறார்கள். என்ன பேசுகிறார்கள் கேட்கலாமே!*

விசாலம்: *லீலா கூடச் சாதுவாகச் சத்தம் போடாமல் நளினியின் கையைப் பிடித்துக்கொண்டு நிற்கிறாளே! ஏதேது?*

(தாத்தாவும் நளினியும் லீலாவும் நிற்பது தெரியவில்லை. ஆனால் அவர் கள் சம்பாஷணை தெளிவாகவே கேட்கிறது.)

தாத்தா: *உனக்காக நான் வேறு பிளான்கள் போட்டு வைத்திருந்தேன் நளினி. உன்னை என் குடும்பத்தில் ஒருத்தியாக ஏற்றுக் கொள்வதாகத் திட்டமிட்டிருந்தேன் நான்.*

நளினி: *இப்பவும் நான் உங்கள் குடும்பத்தில் ஒருத்தி தானே? சட்டப்படி யல்லவென்றாலும், எனக்குத் தாய் தந்தை பாட்டன் பாட்டி எல்லாமே நீங்கள்தானே தாத்தா!*

தாத்தா: *இது நீ ஆழ்ந்து அறிந்து செய்துகொண்ட முடிவுதானா குழந்தாய்! இதை நிறைவேற்றாவிட்டால் உன்னால் சமாளித்துக் கொள்ள முடியாது என்கிறாய் நீ- இல்லையா?*

நளினி: *அவரும் என்னை விரும்பினார். என் மனசும்*

அவரை நாடியது. நான் வாக்குத் தந்துவிட்டேன்.

தாத்தா: வேறு பெரிய இடமாக உனக்குப் பார்த்திருப்பேன் நளினி.

நளினி: எனக்கு ஏற்காத பெரிய இடம் எதிலும் என் னால் சந்தோஷமாக வாழ்க்கை நடத்தியிருக்க முடியாது தாத்தா! என்ன சொன்னாலும் நான் சிறிய இடத்தவள் தானே!

தாத்தா: இதுதான் உனக்கு நல்லது என்று நீ திடமாக நம்புகிறாய், இல்லையா?

நளினி: மிஸ்டர் ராஜாராமனைப்பற்றி உங்களுக்கும்தான் தெரியுமே தாத்தா. நான் என்ன..

[மூவரும் முன்னறைக்குள் வருகின் றனர். முன்னறையில் இருப்பவர் களைக் கவனிக்காத மாதிரியே நளினி யும் தாத்தாவும் தொடர்ந்து பேசு கிறார்கள்.]

தாத்தா: நான் ராஜாராமனைப் பற்றிப் பேசவேயில்லை. அவன் நல்லவன், குணசாலி, பொறுப்புணர்ச்சி யுள்ளவன் என்பதெல்லாம் எனக்கும் தெரியும். உனக்குச் சகல விஷயங்களிலும் ஏற்றவன் என்றும் தெரியும் எனக்கு. நான் உன்னைப் பற்றியும் உன் சந்தோஷத்தைப் பற்றியும்தான் பேசிக் கொண்டிருக்கிறேன்.

நளினி: என்னைப் பற்றிய வரையில் முடிவு இதுதான் தாத்தா. உங்களைக் கேட்காது இப்படி முடிவு செய்தது தவறுதான். உங்களுக்கு எவ்வளவோ கடமைப்பட்டுள்ள நான்....

தாத்தா: அதெல்லாம் ஒருபுறம் இருக்கட்டும். நீ உன் மனசிலுள்ளதைத் தெளிவாக எனக்குத் தெரிவித்துவிடு.

நளினி: மணம் செய்துகொள்ள எனக்கு உங்கள் அனுமதி உண்டானால், நான் ராஜாராமனைக் கல்யாணம் செய்து கொள்வேன். இல்லாவிட்டால்....

தாத்தா: இல்லாவிட்டால்....?

நளினி: *நான் கல்யாணமே செய்து கொள்ளாமல், ஆயுள் பூராவும் இப்படியே சங்கக் காரியங்களைக் கவனித்துக் கொண்டு இருந்து விடுகிறேன்.*

தாத்தா: *(தீர்மானமாக) நீ கல்யாணம் செய்துகொண்டு மற்றப் பெண்களைப் போல நிறைவான வாழ்வு வாழ வேண்டும் என்றுதான் நான் விரும்புகிறேன். உன்னிஷ் டப்படியே நடக்கட்டும் நளினி. வேறு என்ன நான் சொல்ல இருக்கிறது?*

நளினி: *(சந்தோஷம் ததும்பும் குரலில்) மிஸ்டர் ராஜா ராமன்!*

ராஜாராமன்: *(பாய்ந்தோடிப் போய்) இதோ வந்துவிட்டேன். நமஸ்காரம் செய்கிறேன் தாத்தா.*

[நளினியும் ராஜாராமனும் சேர்ந்து நமஸ்கரிக்கிறார்கள்.]

தாத்தா: *உங்கள் இருவருக்கும் என் ஆசிகள்! சீக்கிரமே கல்யாணத்துக்கான ஏற்பாடுகள் நடக்கட்டும். சங்கத்திலேயே நடக்கட்டும்.*

பேபி: *அவர்களை விட நீ அதிகமாக அவசரப்பட முடியாது தாத்தா.*

தாத்தா: *நளினி! நான் ஒன்று சொல்கிறேன். உனக்கே தெரியாது உன் வாழ்வில் உள்ள சுக துக்கம் இரண்டுக்குமே இந்த பேபிக்குள்ள பொறுப்பு உனக்குத் தெரியாது.*

பேபி: *தாத்தா பொய் சொல்கிறார். அதெல்லாம் ஒன்றுமில்லை நளினி.*

நளினி: *இங்கு ஏதோ நடந்திருக்கிறது - எனக்குப் புரியவில்லை!*

லீலா: *உனக்குப் புரியும்படியாக நான் சொல்கிறேன், நளினி.*

நளினி: *அநாதையான நான் இன்றுவரை ஒவ்வொன் றுக்குமே பிறருக்குக் கடன் பட்டுத்தான் வாழ்ந்து வந்திருக்கிறேன். பிறர் விஷயத்தில் வேண்டுமானால் இந்தக் கடன் பட்ட உணர்ச்சி சில சமயங்களில் சுருங்கி விடலாம். என் விஷயத்தில் இந்தச்*

சங்கத்துக்கும் தாத்தாவுக்கும் அவரைச் சார்ந்த மற்றவர்களுக்கும் நான் கடமைப்பட்டிருப்பதை எப்படி மறக்க முடியும்?

ராஜாராமன்: தகுதி என்பது சிறிதுமற்ற என்னிடம் நளினி போன்ற ஒரு பெண்ணை, உங்களிஷ்டத்துக்குப் விரோதமாக, ஒப்படைக்க நீங்கள் சம்மதித்ததற்கு நான் என்ன கைம்மாறு செய்ய முடியும்? எங்கிருந்தோ வந்து எப்படியோ, உங்கள் குடும்பத்தில் நானும் ஒருவனாகப் புகுந்துகொண்டு விட்டேன். இதற்கெல்லாம் நான் பிரதி என்ன செய்ய முடியும்?

தாத்தா: ஒரு ஆயுள் காலம் பூராவிலும் ஒரு நாள் பொழுதுகூட நளினி தன்னுடைய இந்தத் தீர்மானத்தை எண்ணிக் கண் கலங்காதிருக்கும்படி வாழ்க்கை நட விட்டாயானால், அதுவே நீ எனக்குச் செய்யக் கூடிய சிறந்த கைம்மாறு.

மூர்த்தி: சபாஷ்!

தாத்தா: சிவம்! சீக்கிரத்திலேயே ஒரு முகூர்த்தத்தைப் பார்த்து....

விசாலம்: அே த முகூர்த்தத்திலேயே சிவனுக்கும் பேபிக்கும் திருமணத்தை முடித்து வைத்து விடலாம்.

தாத்தா: அதுவும் நிச்சயமாகி விட்டதா?

லீலா: உனக்குத் தெரியாதா தாத்தா? ஒரு மாசமாகவே அது நிச்சயமாகி இருக்கிறதே தாத்தா!

தாத்தா: (பெருமூச்சு விடுகிறார்). உம். எனக்கு உலகத்திலே ஒருவரும் ஒரு வேலையும் பாக்கி வைக்கவில்லை போல இருக்கிறது. இனிமேல் நான் சங்கத்துப் பக்கம், சங்கத்து அலுவல்களைக் கவனிக்கக் கூடப் போக மாட்டேன். சிவனும், பேபியும்தான் அதையெல்லாம் பார்த்துக் கொள்ள வேண்டும்.

நளினி: அவற்றைப் பார்த்துக் கொள்ள அவர்களைவிடச் சிறந்தவர்கள் வேறு யார் கிடைப்பார்கள்?

லீலா: *என் கல்யாணம்தான் இன்னும் நிச்சயமாகவில்லை! என்ன செய்வது?*

(திரை)

முற்றும்.

★★★

9 788168 632370